வாக்குமூலம்

வாக்குமூலம்
வண்ணநிலவன்

1949 டிசம்பர் 15 அன்று திருநெல்வேலியில் பிறந்தார். தந்தை உலகநாதன், தாய் ராமலட்சுமி. வண்ணநிலவனின் இயற்பெயர் ராமச்சந்திரன். *கண்ணதாசன், கணையாழி, அன்னைநாடு, புதுவை குரல், துக்ளக், சுபமங்களா* ஆகிய பத்திரிகைகளில் பணியாற்றியுள்ளார். குறிப்பிடத்தக்க மொழிபெயர்ப்புகளுடன் ஐம்பதுக்கும் மேற்பட்ட கவிதைகள், நூற்றைம்பதுக்கும் மேற்பட்ட சிறுகதைகள், ஏழு நாவல்கள், முந்நூற்றுக்கும் மேல் கட்டுரைகள் எழுதியுள்ளார்.

'கடல்புரத்தில்' நாவலுக்காக இலக்கியச் சிந்தனை விருது, 'தர்மம்' சிறுகதைத் தொகுப்புக்காகத் தமிழக அரசு விருது ஆகியவற்றுடன் புதுதில்லி ராமகிருஷ்ண ஜெய் தயாள் மனிதநேய விருது, 'சாரல்' இலக்கிய விருது, எஸ்.ஆர்.வி. தமிழ் இலக்கிய விருது, வாலி விருது, 'விஜயா' வாசகர் வட்டத்தின் ஜெயகாந்தன் விருது, உலகத் தமிழ்ப் பண்பாட்டு மைய விருது, கோவை கொடீஷியா வாழ்நாள் சாதனையாளர் விருது, அமெரிக்காவாழ் தமிழர்கள் வழங்கும் புதுமைப்பித்தன் நினைவு விளக்கு விருது ஆகியவற்றைப் பெற்றுள்ளார். 'அவள் அப்படித்தான்' திரைப்பட வசனகர்த்தாக்களுள் ஒருவர். 'கடல்புரத்தில்' தூர்தர்ஷனில் பதின்மூன்று வாரத் தொடராக ஒளிபரப்பானது. வண்ணநிலவனின் மனைவி பெயர் சுப்புலட்சுமி. இவர்களுக்கு இரண்டு மகள்களும் ஒரு மகனும் உள்ளனர். தற்போது சென்னையில் வசித்துவருகிறார்.

வண்ணநிலவனின் பிற நூல்கள்
[காலச்சுவடு வெளியீடு]

நாவல்

    கடல்புரத்தில் (தமிழ் கிளாசிக் நாவல்)

    ரெயினீஸ் ஐயர் தெரு (தமிழ் கிளாசிக் நாவல்)

    கருப்புக் கோட்டு

    கம்பா நதி

சிறுகதைகள்

    வண்ணநிலவன் சிறுகதைகள் (1970 – 2019)

    இரண்டு உலகங்கள் (தமிழ் கிளாசிக் சிறுகதைகள்)

கட்டுரைகள்

    மறக்க முடியாத மனிதர்கள்

    கவிதை: இன்றுமுதல் அன்றுவரை

    இலக்கியமும் இலக்கியவாதிகளும்

அனுபவப் பதிவுகள்

    பின்னகர்ந்த காலம் (அனுபவப் பதிவுகளின் முழுத் தொகுப்பு)

வண்ணநிலவன்

வாக்குமூலம்

காலச்சுவடு பதிப்பகம்

● அன்பார்ந்த வாசகருக்கு,

வணக்கம்.

காலச்சுவடு நூலை வாங்கியமைக்கு நன்றி.

நூலின் உள்ளடக்கம், உருவாக்கம், அட்டைப்படம் இன்ன பிற அம்சங்கள் பற்றிய உங்கள் கருத்துகளையும் ஆலோசனைகளையும் காலச்சுவடு வரவேற்கிறது. தகவல், எழுத்து, வாக்கியப் பிழைகள் தென்பட்டால் அவசியம் தெரிவித்து உதவுங்கள். நூல் தயாரிப்பில் கடும் குறைபாடு இருப்பின் மாற்றுப் பிரதி உங்களுக்குக் கிடைக்கக் காலச்சுவடு ஏற்பாடு செய்யும்.

மின்னஞ்சல்: publisher@kalachuvadu.com

காலச்சுவடு நாகர்கோயில் அலுவலகத்திற்குக் கடிதம் அனுப்பலாம்.

தங்கள்
எஸ்.ஆர். சுந்தரம் (கண்ணன்)
பதிப்பாளர் – நிர்வாக இயக்குநர்

வாக்குமூலம் ❖ நாவல் ❖ ஆசிரியர்: வண்ணநிலவன் ❖ © ராமச்சந்திரன் ❖ முதல் பதிப்பு: செப்டம்பர் 2024 ❖ வெளியீடு: காலச்சுவடு பப்ளிகேஷன்ஸ் (பி) லிட்., 669, கே.பி. சாலை, நாகர்கோவில் 629001

காலச்சுவடு பதிப்பக வெளியீடு: 1304

vaakkumuulam ❖ Novel ❖ Author: Vannanilavan ❖ © Ramachandran ❖ Language: Tamil ❖ First Edition: September 2024 ❖ Size: Demy 1 x 8 ❖ Paper: 18.6 kg maplitho ❖ Pages: 96

Published by Kalachuvadu Publications Pvt. Ltd., 669, K.P. Road, Nagercoil 629001, India ❖ Phone: 91-4652-278525 ❖ e-mail: publications@kalachuvadu.com ❖ Printed at Mani Offset, Chennai 600077

ISBN: 978-93-6110-320-9

09/2024/S.No. 1304, kcp 5261, 18.6 (1) 9ss

அவள்

எல்லோரும் சொல்வதுபோல்தான் சொல்ல வேண்டியதிருக்கிறது. நேற்று நடந்த மாதிரிதான் இருக்கிறது. ஆனால் இருபத்தாறு வருஷங்கள் முடிந்துவிட்டன. பெரியவளுக்கே இருபத்தி நாலு வயதாகிவிட்டது. பூனை நடப்பதுபோல் சப்தமில்லாமல் வாழ்க்கை ஊர்ந்து போயிருக்கிறது. இத்தனை வருஷங்கள் கழித்து இந்த வாழ்க்கையை அலசி ஆராய்ந்து ஆகப் போகிறதென்ன? பிடிக்கிறதோ, பிடிக்கவில்லையோ, திரும்பவும் இந்த வாழ்வைத்தான் வாழ வேண்டியதிருக்கிறது. இதே வீடு, இதே அடுப்பங்கரை, இதே கணவர், இதே பிள்ளைகள், மாமா, அத்தை. 'அம்மா, எனக்கு உப்புமா வேண்டாம்', 'அம்மா, சாயந்தரம் மியூஸிக் கிளாஸ் இருக்கு. வர லேட்டாகும்.', 'அம்மா, மாடி வீட்டு ஆன்ட்டி வந்திருக்காங்க' என்று கீதா சொல்லிக்கொண்டிருக்கும் போதே, வஸந்தா, 'வேற ஒண்ணுமில்ல அக்கா, ரெண்டு இனுக்கு கருவேப்பலை வேணும்' என்று, அவசர அவசரமாக எவர்சில்வர் சம்புடத்தில் ரவிக்கு டிபனை எடுத்து வைத்துக்கொண்டிருக்கும்போது எதிரே வந்து நிற்பாள்.

சமாளித்து மாளாது. ரவியுடைய அப்பா, எந்தக் கவலையுமில்லாமல் காலை தினசரி படித்துக் கொண்டிருப்பார்கள். மாமா, இரண்டாவது காபி கேட்பார்கள். சமாளிப்பு, சமாளிப்பு. உலகமே சமாளிப்பில்தான் ஓடிக்கொண்டிருக்கிறதோ

என்னவோ? நான் என்ன பெரிய படிப்பாளியா, இதை எல்லாம் தெரிந்துகொள்வதற்கு? நாகலிங்கப் பூவின் வாசனை இத்தனை நெருக்கடி, களேபரத்திலும் மூக்கைத் துளைக்கிறது. திருநெல்வேலியில் காந்திமதி அத்தை இருக்கிற வளவில், பின்னால் வாய்க்காலுக்குப் போகிற முடுக்கில் ஒரு உயரமான நாகலிங்கமரம் நிற்கிறது. பூக்கிற காலத்தில் பூத்துத் தள்ளிவிடும். இளஞ்சிவப்பும் வெள்ளையுமாய் உதிர்ந்து கிடக்கும் பூவை, பூவென்று கூடப் பாராமல்தான் எல்லோரும் மிதித்துக்கொண்டு போவார்கள். தை மாதம் வாசலில் கோலம் போட்டுச் சாணிப் பிள்ளையார் பிடித்து பூசணிப் பூவையும், பீர்க்கம் பூக்களையும் அழகாகச் சொருகி வைத்திருந்தால், உச்சியில் வெயில் ஏறுகிறதற்குள் ஏதாவதொரு சாணிப் பிள்ளையாரைப் பூவுடன் சேர்த்து யாராவது மிதித்துவிட்டுத்தான் போகிறார்கள். என்ன செய்ய முடியும்? இதற்கெல்லாம் என்ன செய்ய முடிந்தது?

திருநெல்வேலியிலாவது சாணிப் பிள்ளையார் பிடித்துப் பீர்க்கம் பூ குற்றி வைக்கச் சாணி கிடைக்கும். இந்த ஊரில் சாணிக்கு எங்கே போவது? எஃப்.எம்.மில் எப்போதாவது பழைய பாட்டு போடுவான். அதைக் கேட்டுக்கொண்டே பாட்டில் லயித்துவிட்டால் தோசை கருகிப்போகிறது. பாட்டுக் கேட்பது முக்கியமா, தோசை முக்கியமா? பீர்க்கம் பூ, பழைய பாட்டு எல்லாம் திருநெல்வேலியோடு போயிற்று. நான் திருநெல்வேலிக்காரியுமில்லை, மெட்ராஸ்காரியுமில்லை. இரண்டும் கெட்டான். இந்த ஊரிலிருக்கிற எல்லாருமே இரண்டும் கெட்டான்கள்தான்.

டி.வி.யில் பழைய படம் போட்டால் பார்க்க வேண்டு மென்று தோன்றும். ஆனால் மாமாவுக்கும் அத்தைக்கும் சீரியல் பார்க்க வேண்டும். ஒரு சீரியல் விட்டுவிடக் கூடாது. பிள்ளைகளுக்கு கார்ட்டூன், அனிமேஷன், ரவி அப்பாவுக்கு நியூஸ். டி.வி.யில் பழைய சினிமாப் பாட்டுக்களைக் காலை நேரத்தில்தான் போடுகிறார்கள். காலையில் சமையல் வேலையைப் பார்ப்பதா, சினிமாப் பாட்டைப் பார்த்துக் கொண்டிருப்பதா? அந்தக் காலத்தில் எங்கள் வீட்டில் ரேடியோ பெட்டி கிடையாது. எதிர்த்த சாலாச்சி அக்கா வீட்டு ரேடியோதான் எப்போதும் பாடிக்கொண்டிருக்கும். சிலோன் ரேடியோவில் பழைய பாட்டுக்களைப் போட்டுக்கொண்டே இருப்பான். சிட்டி பரீதா முகமது நேயர் விருப்பத்தில் கேட்கிற பாட்டுக்களை ஊர் உலகத்துக்கே பிடிக்கும். சாலாச்சி அக்கா வீட்டில் எல்லா வீடுகளையும்போல பட்டாசலில்தான் ரேடியோ இருந்தது. ஆனால் எங்கள் வீட்டு அடுப்பாங்கரை வரை பாட்டுக் கேட்கும்.

சிட்டி பரீதா முகமது நேயர் விருப்பத்தில் கேட்கிற பாட்டுக்களைக் கேட்டுக்கேட்டு, அவளைப் பார்க்க வேண்டு மென்று தோன்றும். அவள் எப்படி இருப்பாள்? மூணு–பி–யில், கூடப் படித்த சுலைகா மாதிரி சுருள்சுருளான முடியுடன் இருப்பாளா? சுலைகா பேசினால் கிளி பேசுகிற மாதிரி இருக்கும். ரெஹானாவுக்குக்கூட நல்ல நீளமான முடி. பேட்டையிலிருந்து வருகிற சுலைகா, ரெஹானா, கொசவந்தட்டித் தெரு சந்திரா, பெரிய தெரு சங்கரி எல்லாம் இப்போது எங்கே இருக்கிறார்களோ? இனிமேல் எந்த ஜன்மத்தில் அவர்களைப் பார்க்கப் போகிறோம்.

‘சொன்னது நீதானா சொல் சொல் என்னுயிரே’ என்று பாடிக்கொண்டிருக்கும்போதே, டக்கென்று ‘செய்திகள் வாசிப்பது சரோஜ் நாராயணசாமி’ என்று ரேடியோ செய்தி சொல்ல ஆரம்பித்துவிடும். சாலாச்சி அக்கா வீட்டு அண்ணன் தான் ரேடியோவைத் திருப்பியிருப்பான். இந்த ஆம்பளைகளுக்கு அப்படி அந்த நியூஸில் என்னதான் இருக்கிறதோ? பெண்கள் எல்லாம் கோயில், விரதம், பண்டிகை என்றிருக்கிற மாதிரி, இந்த ஆம்பளைகள் நியூஸ் கேட்பது, பேப்பர் படிப்பது என்று ஒரே மாதிரியாகத்தான் இருக்கிறார்கள்.

திருநெல்வேலிக்குப் போனால் குறுக்குத் துறை ஆற்றுக்குப் போக வேண்டும் என்று நினைத்துக்கொண்டே இருக்கிறேன். போன தடவை போயிருந்தபோதும் குறுக்குத் துறைக்குப் போக முடியவில்லை. ‘ஆத்துல தண்ணி எங்க ஓடுது? கன்னங்கரேல்ன்னு சாக்கடைதான் ஓடுது.’ என்று ரவியோட அப்பா சொல்லி, என்னை ஆற்றுக்கே போகவிடவில்லை. தாயைப் பழித்தாலும் தண்ணியைப் பழிக்கலாமா என்பார்கள். என்ன நிறத்தில் தண்ணீர் ஓடினாலும், அது ஆறு அல்லவா? குறுக்குத் துறையில் போய்க் குளிக்க வேண்டும் என்று நினைத்த மாதிரி, ரத்னா டாக்கீஸில் சினிமா பார்க்க வேண்டும் என்றும் நினைத்தேன். இருந்ததே மூணு நாள். இதில் எங்கெல்லாம்தான்போக?

மெட்ராஸுக்கு வந்த புதுசில் ஊர் ஞாபகம் இருந்து கொண்டே இருக்கும். வீட்டு வேலையெல்லாம் ஒழிந்து மத்தியானம் கண் அயர்கிற நேரத்தில், ஊரில் சாலாச்சி அக்கா வீட்டுப் பட்டாசலில் ஆடிய தாயம், வளவோடு சேர்ந்து நெல்லையப்பர் கோயிலுக்குப் போனது, தென்காசியிலிருந்து வந்திருந்த தெய்வ நாயகி சித்தியோடும், அந்த வீட்டுச் சித்தப்பாவோடும் பாப்புலர் டாக்கீஸில் படம் பார்க்கப் போனது, மெத்தை (மாடி)யில் எல்லோரும் ஜமுக்காளம் விரித்துப் படுத்த பிறகும் தூக்கம் வராமல் ஊர்க் கதைகளை எல்லாம் பேசிக்

கொண்டிருந்தது என்று கடல் அலை மாதிரி பழைய ஞாபகங்கள் புரண்டுபுரண்டு வரும். கஷ்டம் தொண்டையை அடைக்கும்.

திருநெல்வேலியை நினைத்து மறுகி மறுகி என்ன செய்ய? இனிமேல் இந்த ஜென்மத்தில் அந்த ஊரில் போய் இருக்கவா போகிறோம்? இந்த மெட்ராஸில் வீடும் வாங்கியாயிற்று. கீதா அடுத்த வருஷம் காலேஜுக்குப் போய்விடுவாள். ரவியும் இன்னும் இரண்டு வருஷம் கழித்துக் காலேஜுக்குப் போக ஆரம்பித்துவிடுவான். கபாலி கோயிலும், வடபழனி கோயிலும் தான் சதம். சினிமாவுக்கெல்லாம் போய் எவ்வளவோ காலமாச்சு. டி.வி. வந்த பிறகு தியேட்டருக்குப் போய்ப் படம் பார்ப்பதே மறந்துபோய்விட்டது. என்றைக்காவது பீச்சுக்குப் போவோம். சேர்மாதேவியிலிருந்து மாரியப்பன் அத்தான் வந்திருந்தார்கள். அத்தான் ரொம்பப் பக்திமான். அவர்களுக்காக ஒரு டாக்ஸியை வாடகைக்கு அமர்த்தி திருவேற்காடு, மாங்காடு, அஷ்டலட்சுமி கோயில், அறுபடை முருகன் கோயில், கபாலி கோயில் எல்லாம் போனோம். ரவியோட அப்பா வரவில்லை. ஆபீஸ் வேலை அது இது என்று சொல்லித் தப்பித்துவிட்டார்கள்.

மாரியப்பன் அத்தான் அண்ணா சமாதிக்குப் போக ஆசைப்பட்டார்கள். வெளியூரிலிருந்து வருகிற எல்லோரும் ஆசைப்படுகிறதுதான். ‘மாமா நீங்க வேணும்னா போயிட்டு வாங்க’ என்று இவர்கள் ஒதுங்கிக்கொண்டார்கள். ‘எவனாவது சமாதியைப் போய்ப் பார்ப்பானா?’ என்று என்னிடம் தனியாகச் சொன்னார்கள். எனக்கு, அவர்கள் வர மாட்டேன் என்று சொன்னது ஆச்சரியமாக இல்லை. அஷ்டலட்சுமி கோயிலில் ஒவ்வொரு மாடியில் ஒவ்வொரு அம்மனின் சன்னதி இருக்கிறது. அதைப் பார்த்துவிட்டு, ‘ஆகமம் ஆகமம்னு சொல்றாங்க. இப்படி மாடி மேலே மாடி கட்டி அம்பாளைப் பிரதிஷ்டை பண்ணி யிருக்கிறாங்களே. இது எந்த ஆகமத்திலே சொல்லியிருக்கு? மாடி சன்னதியிலே பக்தர்கள் நின்னா, அவங்கக் காலுக்குக் கீழே கீழ்த்தளத்திலே ஒரு சன்னதி இருக்கிறது என்ன நியாயம்?’ என்று சொல்லி அந்தக் கோயிலுக்குள்ளேயே வரவில்லை. கடற்கரை மணலில் போய் உட்கார்ந்துவிட்டார்கள். நங்கநல்லூர் ஆஞ்சநேயர் கோயிலுக்குப் போயிருந்தபோதும் இப்படித்தான், இதெல்லாம், ‘இவ்வளவு உயரமா சாமி சிலை வைக்கிறதெல்லாம் காலத்தோட கோலம்’ன்னு சொன்னாங்க, ரவியோட அப்பா. ‘எல்லாமே மெகா சைஸ்லே இருக்கணும்ங்கிறது இந்தக் காலத்து பேஷன். சாமியையும் ஒசரஒசரமாச் செய்ய ஆரம்பிச்சிட்டாங்க’ என்று சொன்னாங்க. எனக்கு நாமக்கல் ஆஞ்சநேயர், சுசீந்திரம் ஆஞ்சநேயர் எல்லாம் ஞாபகத்துக்கு வந்தது. ‘அதெல்லாம்

உயரமாத்தானே இருக்குன்னு' சொல்லவில்லை. எதற்கு வம்பு என்று விட்டுவிட்டேன்.

எல்லாவற்றிலும் இரண்டு பேருக்கும் ஏழாம் பொருத்தம் தான். இத்தனைக்கும் ஜாதகப் பொருத்தம் எல்லாம் பார்த்துச் செய்த கல்யாணம்தான். ரவியோட அப்பா எனக்கு மாமாப் பையனும்கூட. இரண்டுபேருமே சம்பந்த மூர்த்தி கோயில் தெருவில் ஒரே வளவில் வளர்ந்தவர்கள்தான். ஐந்தாறு வீடுகள் தள்ளி அவர்கள் வீடு இருந்தது. சின்ன வயதில் அவர்கள், இப்படி எதை எடுத்தாலும் ஏறுக்குமாறாகப் பேசியதாக எனக்கு ஞாபகமே இல்லை. அமாவாசை, பௌர்ணமி, வெள்ளிக்கிழமை, ஒரு நல்லநாள் – பொல்லாத நாள் எதுவும் கிடையாது. ஆச்சி, தாத்தாவுக்குத் திதி கொடுப்பதில்லை. 'இதிலெல்லாம் எனக்கு நம்பிக்கை இல்லை' என்று சொல்லி வாயை அடைத்துவிட்டால் என்ன செய்ய முடியும்? "திதி கொடுக்காவிட்டால் அந்தப் பாவம் சந்ததிகளைத்தானே பாதிக்கும்?"

"யார் சொன்னது?"

"யாரும் சொல்லவா செய்யணும்? காலங்காலமாக நம்ம வீடுகள்ல செஞ்சுக்கிட்டு வாரதை எதுக்காகச் செய்ய மாட்டேன்னு அடம் பிடிக்கணும்? நம்ம பிள்ளைகள்லாம் நல்லா இருக்க வேண்டாமா? பித்ருக்கள் பாவம் சும்மாவிடுமா?"

"செத்துப் போனவங்கள்லாம் நமக்குக் கெடுதல் பண்ணு வாங்கன்னு ஏன் நெனைக்கிறே?"

"எதைச் சொன்னாலும் குண்டக்கமண்டககப் பேசுனா என்ன செய்யிறது?" என்று அலுத்துப்போய்விடும் எனக்கு. ராகு காலம் நல்ல நேரம்ன்னு சொன்னால், பஸ், ரயிலெல்லாம் ராகு காலத்துல பொறப்படாமலா இருக்குன்னு சொல்லி வாயை அடைச்சிருவாங்க இவங்க. அதுக்காக வீட்டிலே ஒரு நல்லது – கெட்டது நடத்தாமல் முடியுமா? நான் என்ன செய்ய முடியும்? "நல்லநாள், கெட்ட நாள், ராகுகாலம், எமகண்டம் இதெல்லாம் நானா உண்டாக்குனேன்? இதுல எல்லாம் ஒண்ணும் இல்லன்னா காலண்டர்ல இதையெல்லாம் எதுக்குப் போட்டுருக்கான்?"

"இதெல்லாம் நம்பிக்கை... அவ்வளவுதான்."

"கல்யாணத்துக்கு நல்லநாள், நல்ல முகூர்த்த நேரம் பாத்துத் தானே பண்ணுதாங்க? இதுல எல்லாம் ஒண்ணும் இல்லாமலா நேரங்காலமெல்லாம் பாக்குறாங்க..."

“இதெல்லாம் இந்தியாவுல உள்ள இந்துக்கள் பார்க்கிறது. உலகத்துல எந்த நாட்டுலயும் இந்த நல்லநேரம், கெட்ட நேரமெல்லாம் பாக்குறது கெடையாது. பூமியே உருண்டை. இதுல கெழக்கு, மேக்கு எது? உருண்டையில தெசையப் பாக்க முடியுமா சொல்லு...”

“சூரியன் உதிக்கிற தெசை கெழக்கு.”

“சூரியன், பூமி, நட்சத்திரங்கள் எல்லாம் பந்து மாதிரி உருண்டை. எல்லாம் சுத்திக்கிட்டே இருக்குன்னு பாடத்துல படிச்சிருக்கியா இல்லையா? சுத்திக்கிட்டே இருக்கும்போது தெசை எல்லாம் எப்படிப் பார்ப்பே?”

“யாரோ சொன்னதைத்தான நீங்களும் சொல்லுதீங்க? அந்த மாதிரித்தான் நானும் சொல்லுதேன்...”

ரவியோட அப்பா இப்படிச் சொல்லிச் சொல்லியே எனக்கே வரவர ஒண்ணுலேயும் பிடிப்பு இல்லாமப் போச்சு. பால் திரிஞ்சுபோன மாதிரி, மனசே திரிஞ்சுபோச்சு. குத்துவிளக்கை விளக்கிச் சாமி கும்பிட முடியவில்லை. ஏதோ தப்புப் பண்ணுகிற மாதிரி ஆயிட்டுது. சம்பந்த மூர்த்தி கோயில் தெருவுல நான், சரசக்கா, செண்பகம் எல்லாரும் சாயந்தரம் ஆனா வெளக்கைப் பொருத்திச் சாமி கும்புடுவோம். தேவாரமெல்லாம் படிப்போம். நாங்க ரெண்டு தேவாரத்தைப் படிச்சிட்டு வெளையாடப் போயிருவோம். ஆனால் பாஞ்சாலி ஆச்சி ரொம்ப நேரம் தேவாரம் பாடிக்கிட்டே இருப்பாள். பாஞ்சாலி ஆச்சி தோசைக்கு அரைக்கும்போது, புறவாசலில் பூப் பறிக்கும்போதுகூடத் தேவாரத்தை முணுமுணுத்துக்கிட்டே இருப்பாள். அதனால்தான் அவளுக்கு நல்ல சாவு கிடைத்தது.

பொம்பளையாகப் பொறந்து, இப்படி விளக்கேத்திக் கும்பிட முடியாமல்போன எனக்கு எப்படி நல்ல சாவு வரும்? போச்சு, போச்சு, சம்பந்த மூர்த்தி கோயில் தெருவுடன், திருநெல்வேலியுடன் எல்லாமே போய்விட்டது. ஏதோ ஜடம் மாதிரி இந்த ஊரில் வாழ்ந்துக்கிட்டிருக்கிறேன். இந்த அப்பார்ட்டுமெண்ட் வீட்டில் ராத்திரியும் பகலும் மாறிமாறி வருவதைத் தவிர வேற ஒண்ணுமே தெரிய மாட்டேன் என்கிறது. தீபாவளி ஒண்ணுதான், வெடியெல்லாம் போடுகிறதால் தெரிகிறது. வைகாசி விசாகம், ஆடி அமாவாசை, ஆவணி ஞாயித்துக் கெழமை, பொங்கல் எதுவுமே இந்த ஊருக்கே இல்லை.

ஊரிலே பொங்கல் வருகிறது என்றாலே ஒரு மாசமா வேலை நடக்கும். வெள்ளை அடிக்கிறது என்ன, அடுப்புக்கட்டி

போடுகிறது என்ன என்று ஒரே அமர்க்களமா இருக்கும். பொங்கலுக்கு முன்தினம் ராத்திரி தெருவை அடைச்சுக் கோலம் போடுவோம். இங்கே மார்பிள் தரையில் தினசரி காலையில், இரண்டு கம்பியை வாசலுக்கு முன்னால் இழுத்தால், அது பளிச்சுன்னு தெரியாது. மார்பிளும் வெள்ளை, கோலப் பொடியும் வெள்ளை. எப்படித் தெரியும்? இப்பிடி ஒன்றா இரண்டா? எல்லாவற்றையும் சகித்துக்கொண்டுதான் காலத்தை ஓட்ட வேண்டியதிருக்கிறது. இனிமேல் எந்த ஜென்மத்திலாவது திருநெல்வேலிக்கு, சம்பந்த மூர்த்தி கோயில் தெருவுக்குப் போக முடியுமா?

●

அவன்

நானும் சம்பந்தமூர்த்தி கோயில் தெருவில்தான் பிறந்தேன். திருநெல்வேலியில் பிறந்தேன் என்கிறதுக்காக திருநெல்வேலியையே நினைச்சுக்கிட்டிருக்க முடியுமா? திருநெல்வேலியும், சம்பந்தமூர்த்தி கோயில் தெருவும் சம்பளம் தருமா, சோறு போடுமா? ஊரையும், அந்தத் தெருவையுமே நினைச்சுக்கிட்டிருந்தால் பிழைப்புக்கு என்ன செய்கிறது? அந்த ஊருதான் பிழைக்கிறதுக்கு வழி இல்லாமே விரட்டிவிட்டுடுச்சே. கொஞ்சம் வயலும் வீடும் இருந்தா எப்பிடியாவது திருநெல்வேலியிலே இருந்திருக்கலாம். தினசரி குறுக்குத்துறையிலே போயிக் குளிச்சிட்டு வரலாம். நல்ல நாள், பௌர்ணமின்னு நெல்லையப்பரையும் காந்திமதியையும் கும்பிட்டுட்டு வரலாம். ஒரு வெத்தலைப் பாக்குக்கடை, சின்ன லாலாக் கடை, இல்ல சைவாள் காபி கிளப்புன்னு ஏதாவது போட்டுப் பொழைக்க முடியாதான்னு கேட்கிறாள். அவளுக்கு ஊரோடயே இருக்கணும், நல்லது பொல்லாததுக்கு சொந்த ஜனங்களோட இருக்கணும்னு ஆசை. ஊர்தான் இருக்க விடலியே? பொழைக்க வழி இல்லாமே விரட்டில்லா விட்டுடுத்து. அப்பிடியே வேலை வெட்டி ஏதாவது கெடச்சாலும் படிச்ச படிப்புக்கு கவர்னர் உத்தியோகமா கெடச்சிரும்?

எம்ப்ளாயிமெண்ட்ல எத்தனை வருசம் எழுதி வச்சிருந்து பார்த்தாச்சு. என் கூடப் படிச்ச ரவி, பெங்களூர்ல பெல் கம்பெனியில வேல கெடச்சுப்

போயிட்டான். ரொட்டி ராஜகோபால், பாண்டியன் வங்கியில சேர்ந்தான். செல்வராஜ், அப்பா போட்டிருந்த கடையைப் பாக்கப் போயிட்டான். முருகானந்தம் பெல் பின்ஸ்ஸுக்கு வேலைக்கிப் போனான். எஸ்.எஸ்.எல்.சி.யில 232 மார்க் எடுத்திருந்த எனக்கு எம்ப்ளாயிமெண்ட் ஆபீஸிலேருந்து பியூன் வேலைக்கிக்கூடக் கார்டு வரலை. நகரச் செயலாளர், எம்.எல்.ஏ.வுக்குப் பணத்தப் பொரட்டிக் குடுத்து கவர்மெண்டுல, பஸ் கம்பெனியிலன்னு வேலையில சேர்றதுக்குக் கையில என்ன ஐவேசு இருக்கு? அப்பம் வாத்தியார் வேலைக்கி நல்ல டிமாண்டு இருந்திச்சு. மொதல்ல பத்தாயிரம் ரூவாயப் பொரட்டிக் குடுத்தா ஆர்டர் வந்துரும். பெறகு மாசா மாசம் சம்பளம் வாங்க ஆரம்பிச்ச பெறகு மாதா மாதம் கொடுத்து அடைக்கணும். எப்பிடி எப்பிடியோ எல்லாரும் வேலை வெட்டியிலே சேர்ந்தாங்க. நான் முப்பது ரூவா சம்பளத்துல கொமஸ்தா வேலையில கெடந்து நொண்டியடிச்சுக்கிட்டு இருந்தேன்.

ஆத்துக் குளியல், செகண்ட் ஷோ படம், தீபம், தாமரை, கணையாழின்னு இலக்கியப் பத்திரிகைகள் வாங்குகிறது, என்.சி.பி.ஹெச்.ல ரஷ்யாவிலே அச்சடிச்ச புஸ்தகங்கள் வாங்குறதுன்னு காலத்தை ஓட்டினேன். ஜெயகாந்தன் கதைகளை விகடன்லேயும், தினமணிக்கதிர்லேயும் விழுந்து விழுந்து படிச்சேன். பென்ஹரும், ஹடாரியும் பார்த்தேன். போலீஸ்காரன் மகளும், தர்மம் தலைகாக்கும் படமும் பார்த்தேன். கதைகள் எழுதி சிறுபத்திரிகையில் எழுத்தாளன் ஆனேன். அப்போ கையிலே ஒரு ரூவா இருந்தா போதும். ராஜாதான். சாலைக்குமாரசாமி கோயிலுக்கு எதிரே இருந்த கடையில் டீ கள்ளிச் சொட்டாக இருக்கும். பொருட்காட்சி வந்துவிட்டால் ஒரே கொண்டாட்டம்தான். வருஷாவருஷம் வருகிற அதே வளையல் – பாசிக் கடைகள், சோப்புக் கம்பெனிக் கடைகள்தான். தம்போலா விளையாட்டுக் கடை, பெண்ணின் தலையும் பாம்பின் உடம்பும், உயரமான ஏணியிலே ஏறி தீ வைத்துக்கொண்டு கீழே தண்ணீர்த் தொட்டியில் விழுகிறவர் என்று அதே கேளிக்கைகள்தான். கலையரங்கில் தினசரி நாடகம், மெல்லிசைக் கச்சேரி. சினிமாவில் பார்த்த எம்.ஜி.ஆர்., சிவாஜி, எஸ்.எஸ்.ஆர். எல்லாம் வந்து நாடகங்களைப் போட்டார்கள். விஸ்வநாதன் – ராமமூர்த்தியின் மெல்லிசைக் கச்சேரியும் இருக்கும்.

சந்திப்பிள்ளையார் முக்கிலும், மந்திரமூர்த்தி ஸ்கூல் முன்பும் கட்சிக் கூட்டமெல்லாம் நடக்கும். வேடிக்கை, பொழுதுபோக்கு என்றால், கட்சிக்கூட்டங்களும் பொழுதுபோக்குதான். சம்பந்தமூர்த்தி கோயில் தெருவில் பூமி விலாஸ் கம்பெனி

ராமசாமி முதலியாரும், பேட்டை ரோடு சுப்பையா மூப்பனாரும் வார்டு எலெக்ஷனுக்கு நின்றார்கள். அந்த வயசில் எனக்கு ஓட்டேது? ஆனால் நானும் கூட்டத்தோடு கூட்டமாக ஓட்டுக் கேட்டுப் போவேன். கூட்டத்தோடு கூட்டமாக இருப்பதில் இனம்புரியாத சந்தோஷம்.

கிட்டு மாமா, பக்கத்திலிருந்த பாப்புலர் டாக்கீஸுக்குத் தான் படம் பார்க்க அழைத்துப்போவார். மூன்றாவது, நாலாவது படிக்கும்போது பாப்புலர் டாக்கீஸில் ஏகப்பட்ட படம் பார்த்தேன். திருநெல்வேலியில் கோயில், ஆறு, சினிமா, பொருட்காட்சி இதுகளை விட்டால் வேறு என்ன உண்டு? ஒருநாள் சாயந்திரம் காட்சி மண்டபத்திலிருந்து ஒருத்தரை, 'டாப்'பைத் திறந்த காரில் உட்கார வைத்து ஊர்வலமாக அழைத்துவந்தார்கள். அவர் தன் மடியில் கருப்பு நிறத் தோல் பை வைத்திருந்தார். அவரை நெடுஞ்செழியன் என்றார்கள்.

ராயல் டாக்கீஸில் சோமுப் பிள்ளை மாமா வேலை பார்த்தார். அவர் தரைக்கு டிக்கெட் கொடுத்தார். எத்தனை ரூபாய் கொடுத்தாலும் சில்லறையை நிமிஷத்தில் கரெக்டாகக் கொடுப்பார் என்று பேர். மனுஷரென்றால் புகழ் வேண்டாமா? சோமுப் பிள்ளைக்கு இப்படியொரு பேர். வெளித் தெப்பத்தில், காவிச் சேலை கட்டிய ஆறுமுகத்தாச்சி, ஒரு கையில் தீச்சட்டியை ஏந்திப் பிடித்துக்கொண்டு நிலைநீச்சலில் மைய மண்டபத்துக்குப் போவாள். அதைப் பார்க்க ஒரு கூட்டம் நிற்கும். சந்திப் பிள்ளையார் முக்குப் பக்கம், பேட்டை ரோட்டில், பழனிக் கம்பௌண்டர் ஆஸ்பத்திரிக்குப் பின்னால் ஒரு வீட்டில் குடியிருந்தோம். எங்கள் வீட்டுக்கு அடுத்த வீட்டில், டவுன் பஸ்ஸில் கண்டக்டராக வேலை பார்த்த நமச்சிவாயத்து அண்ணன் இருந்தான். தினசரி மனைவியோடு சண்டை போடுவான். அதைப் பார்க்கவும் கூட்டம் கூடும். ஜனங்களுக்கு எல்லாவற்றையும் வேடிக்கை பார்க்க வேண்டும். அது எப்படிப் பட்ட விஷயமாக இருந்தாலும் வேடிக்கைதான்.

நானும் சமயங்களில் இப்படியெல்லாம் எதையெதையோ வேடிக்கை பார்த்தவன்தான். கூட்டத்தோடு கூட்டமாக அலையாமல் இல்லை. இந்த ஐம்பத்திரண்டு வயதில் கூட்டத்தைப் பார்த்தாலே எருக்கழிக்கிறது. எரிச்சலாக இருக்கிறது. ஆனால் கூட்டமில்லாமல் உலகம் ஏது? எங்குதான் கூட்டமில்லை. கோயிலில், திருவிழாவில், ரயிலில், பஸ்ஸில், கல்யாண வீட்டில், கட்சிக் கூட்டங்களில் எங்கு பார்த்தாலும் கூட்டம்தான். ஒரு காலத்தில் டவுன் பஸ்ஸில் கூட்டமாக இருந்தாலும் ஏறிவிடுவேன். இப்போது நின்றுகொண்டு போக

முடியவில்லை. உட்கார இடமில்லை என்றால் பஸ்ஸில் ஏறாமல் இருந்து விடுகிறேன். கையில் பணமிருந்தால் ஆட்டோதான்.

“இப்பிடிக் காசைக் கரியாக்குதேளே... ஏன் பஸ்ஸில் போனா என்ன கௌரவம் கொறைஞ்சா போயிரும்?” என்கிறாள் சாந்தி. கௌரவப் பிரச்சினை ஒன்றுமில்லை. அந்த நெரிசலும், கசகசப்பும் ஒத்து வரவில்லை.

தர்முசிவராம் பஸ்ஸில் போய்ப் பார்த்ததே இல்லை. எங்கே போனாலும் சிட்டிக்குள் நடந்துதான் போவார். பாரதி, ந. பிச்சமூர்த்திக்குப் பிறகு அவர்தான் தமிழின் முக்கியமான கவிஞர் என்று இலக்கிய உலகத்தில் எல்லோரும் சொல்கிறார்கள். உண்மையாகத்தான் இருக்கும்.

கிரீன்வேஸ் ரோடு வஸந்த விஹாரில் வருஷா வருஷம் ஜே. கிருஷ்ணமூர்த்தி வந்து பேசுவார். அவருடைய பேச்சைக் கேட்க தர்முசிவராம் வருவார். நடந்தேதான் வஸந்த விஹார் வளாகத்துக்கு வருவார். அங்கும் ஏகப்பட்ட கூட்டம் மரங்களுக்கு இடையில் உட்கார்ந்திருக்கும். ஜே.கே.யின் ஆங்கிலம் எளிமையாகத்தான் இருக்கும். ஆனால் பிரபஞ்சம், தத்துவம், மனித இருப்பு என்று ஆழமான விஷயங்களை ஜே.கே. அலசுவார். ஜே. கிருஷ்ணமூர்த்தி கூட்டங்களுக்குப் போகும்போதெல்லாம் எனக்கு, ஊரில், நெல்லயப்பர் கோயிலில் ஆறுமுக நயினார் சன்னதிக்கு எதிரே நடந்த அ.க. நவநீத கிருஷ்ணப் பிள்ளையின் திருவாசக விரிவுரைக் கூட்டம்தான் ஞாபகத்துக்கு வரும். ஜே. கிருஷ்ணமூர்த்தியை அ.க. நவநீதகிருஷ்ண பிள்ளைக்குத் தெரிந்திருக்குமோ என்னவோ? ஆனால் இரண்டு பேருமே வெள்ளை வேஷ்டி, சட்டைதான் அணிவார்கள். ஜே.கே., படித்த, மேல்தட்டு வர்க்க ‘எலைட்’ பார்வையாளர்களைக் கவர்ந்தார். நவநீத கிருஷ்ணப் பிள்ளையின் முன்னால் பொன்னம்மா ஆச்சி, கமலத்தாச்சி, சங்கரன் பிள்ளை, ஆவுடைநாயகம் என்று தாத்தாக்களும், ஆச்சிமார்களுமாகத்தான் உட்கார்ந்து பிரசங்கம் கேட்பார்கள்.

பிரசங்கம் கேட்கும்போது, விபூதியும், எண்ணெயும் கலந்த வாசனை லேசாக வீசும். நவநீத கிருஷ்ணப் பிள்ளையை விட ஜே.கே. எந்த விதத்தில் உசத்தி? ஜே.கே.க்கு உலகம் பூரா பார்வையாளர்கள் இருக்கலாம். அவரைப் பின்பற்றுகிறவர்கள் இருக்கலாம். ஆனால் அ.க.ந. திருநெல்வேலிக்காரர், தெற்குப் புதுத் தெருக்காரர். நானும், சாந்தியும் நடமாடிய தெருக்களில் நடமாடியவர். அவர் இப்போது உயிருடனிருக்கிறாரோ என்னவோ? அவர் பேசிய திருவாசக விரிவுரையும்,

கந்தபுராணமும் இன்னமும் நெல்லையப்பர் கோயில் பிரகாரங்களில் செருமிப் போயிருக்குமா?

நான் நெல்லையப்பர் கோயிலை, சம்பந்த மூர்த்தி தெருவை, தெற்குப்புதுத் தெருவை, குறுக்குத்துறை ஆற்றை, ராயல் டாக்கீஸில் பார்த்த பிரேமபாசத்தை, கல்லூர் பிள்ளை கடை இட்லி சாம்பாரை, கண்ணப்பர் டாக்டர் வீட்டு மச்சில் சினிமாப் படம் போட்டு விளையாடிய விளையாட்டை, தொண்டர் சன்னதியில் வேலை பார்த்த பேச்சி அண்ணனை, மூக்காண்டி மாமாவை எல்லாம் விட்டுவிட்டுச் சென்னைக்கு வந்து விட்டேன். மாம்பலம், திருவல்லிக்கேணி, நுங்கம்பாக்கம் என்று திரிகிறேன். என்னுடன் கோவிந்தன், கமலக்கண்ணன், ஜெகதீச ஐயர், பார்த்து என்ற பார்த்தசாரதி என்று வேலை பார்க்கிறார்கள். ஏதேதோ ஹோட்டல்களில் சாப்பிடுகிறேன். திருநெல்வேலித் தடியங்காயை வெள்ளைப் பூசணி என்றும், சீனி அவரைக்காயைக் கொத்தவரங்காய் என்றும் சீனியை சர்க்கரை என்றும் சொல்லப் பழகிவிட்டேன். வேட்டி, சட்டையை விட்டு பேண்ட், சர்ட்டுக்கு மாறிவிட்டேன். ஆல்பின் டோப்ளரின் பியூச்சர் ஷாக் புத்தகம் நினைவுக்கு வருகிறது. திருநெல்வேலி மாதிரித்தான் வீடுகளும், கடைகளும், தெருக்களும் இருக்கின்றன. சென்னைக்கு வந்த புதிதில் திருநெல்வேலி ஞாபகம் இருந்துகொண்டே இருந்தது. ஊர் என்பது என்ன? வீடுகளும், தெருக்களுமா? அல்லது மனிதர்களுமா?

அவள்

ஊர் என்றால் வீடுகளும், கட்டடங்களுமா ஊரு? இல்லை தெருக்களும், ரோடுகளும் ஊரா? இவங்க என்னென்னமோ புஸ்தகங்களைப் படிச்சுப் போட்டு என்னென்னவோ பேசுறாங்க. அவுகளுக்குப் பொஸ்தகம், சினிமா, நாடகம், இசை இதுதான் உலகம்ன்னு ஆயிப் போச்சு. "வேணும்னா நீயும் சினிமாவுக்குப் போயிட்டு வா"ங்கிறாங்க. டி.வி.யில போடாத படமா? டி.வி.யில போடாத நாடகமா? ஒண்ணும் மனசுல ஒட்ட மாட்டேங்குது. 'பாசமலர்', 'பாலும் பழமும்', 'பச்சை விளக்கு' மாதிரியா இந்தக் காலத்துப் படங்கள் இருக்கு? அத்தை, மாமாவும் இதத்தான் சொல்லுதாங்க. நான்தான் வெவரமில்லாதவ, கூறு இல்லாதவன்னா அவுக அப்பா, அம்மாவுமா அப்பிடி. அவுகளுக்கும் இந்தக் காலத்துப் படங்களப் புடிக்கலை. மாமா, "என்ன ஒரே அடிதடியால்ல இருக்குது"ங்கிறாக. "எம்.ஜி.ஆர். பாட்டெல்லாம் கருத்தோட இருக்குமே. இப்பம் உள்ள பாட்டைக் கேக்க முடியலியே. என்ன பாடு தான்னே தெரியலியே"ன்னு அத்தை சொல்லுறது பொய்யா?

ஆனால் பிள்ளைகளுக்கெல்லாம் புடிச்சிருக்கு. அதுக நம்மளைக் கேலி பண்ணுதுங்க. சம்பந்த மூர்த்தி கோயில் தெருவுல சினிமாவுக்குப் போறதுன்னா வளவோட எல்லாரும் போவோம். சினிமாவுக்குப் போற அன்னைக்குச் சீக்கிரமா தோசைக்கெல்லாம் அரச்சு வச்சிருவோம். ராயல்ல 'கல்யாணியின் கணவன்', பாப்புலர்ல 'அவள்',

‘கனிமுத்துப் பாப்பா’ இதெல்லாம் வளவோட போய்ப் பார்த்த படங்கள்தான். படத்துக்குப் போயிட்டு வந்தா கார்சேரி ஆச்சிக்குக் கதை சொல்லணும். வில்லன் வாற கட்டத்துல்ல ஆச்சி, வில்லனைப் பேதியில போவான், கரிமுடிஞ்சு போவான் என்று திட்டுவாள்.

கார்சேரி ஆச்சி வீட்டுல வச்சுதான் ஔவையார் கொழுக்கட்டை பண்ணுவோம். வடக்கு வளவு தங்கத்தக்கா, தெருவடி வீட்டு அருணாசலத்து அத்தை எல்லாரும் ஔவையார் கொழுக்கட்டை பண்ண வருவாங்க. சிவராத்திரி அன்னைக்கி எல்லாரும் வாசல்ல உக்காந்து சாப்புட்டுட்டு விடியவிடியத் தூங்காம கதை படிச்சுக்கிட்டு இருப்போம். காலையில ஆத்துக்கு வளவோட குளிக்கக் கௌம்பிருவோம். இந்த ஊருல ஔவையாரு ஏது, கொழுக்கட்டை ஏது? ஒரு வெள்ளி, செவ்வாய்கூட இல்லாமேப் போச்சே. அடையாறு, கூவம்ன்னு சொல்லுதாங்க. எலெக்ட்ரிக் ட்ரெயின்ல போகும்போது பார்த்தா சாக்கடையா ஓடுது. கொறவர் தெரு வாய்க்கால்ல சாக்கடை எல்லாம் விழுத மாதிரி, கூவத்துலயும் அடையாத்துல யும் ஊர்ச் சாக்கடை பூரா வந்து சேருது.

திருவிழாவுக்குச் சப்பரம் பார்க்கப் போனா, அம்மை, தார்சாவிலே எனக்கும், பாஞ்சாலி ஆச்சிக்கும் படுக்கை எல்லாம் எடுத்துப் போட்டிருப்பா. ஒவ்வொரு நாள் ஒவ்வொரு அலங்காரமா இருக்கும். பச்சை சாத்தி, வெள்ளை சாத்தின்னு பூ அலங்காரத்திலே அம்மனையும் சாமியையும் பாக்கப்பாக்க ஆச தீராது. சீனியிலே பாய், செப்பு சட்டி பானை எல்லாம் செஞ்சு வட்டச் சொளகில வச்சு விப்பாரு. அவ்வளவு ருசியா இருக்கும். அந்தக் காடா வெளக்கு வெளிச்சத்துலே அந்தச் சீனி மிட்டாயெல்லாம் மினுமினுக்கும். திருவிழாவும், சப்பரமும் பார்த்தே எத்தனையோ வருஷமாச்சு. இங்க அறுபத்து மூவர்ன்னு சொல்லுதாங்க. ஆனா பார்க்கப் போகணும்னு தோணலை. கூட்டத்தை நெனச்சா பயமா இருக்கு.

திருநெல்வேலியிலயும் கூட்டம் இருக்கும். ஆனா அந்தக் கூட்டத்தைப் பார்த்துப் பயம் வராது. இந்த ஊருல கூட்டத்தைப் பார்த்தாப் பயம் வருது. அது ஏன்னு தெரியலை. இவுக ‘எல்லாம் மனப் பிரமை’ன்னு சொல்லுதாங்க. ஒரு தடவை காஸினோ தியேட்டருக்கு இட்டின்னு ஒரு படம் பார்க்க வீட்டுல எல்லாரும் போனோம். ஏதோ வேத்துக் கெரகத்து ஆளு பூமிக்குத் தப்பி வந்துட்டுதாம். ரவியும், கீதாவும் அவங்க அப்பாவோட சேந்துக்கிட்டுப் படத்தை ஆஹா ஓஹோன்னாங்க. மாமா, படம் பரவாயில்லன்னாங்க. அத்தை ஒண்ணுமே சொல்லலை.

வீட்டுக்கு எல்லாப் பத்திரிகையும்தான் வருது. பெண்கள் பத்திரிகை எல்லாம் ரவியோட அப்பா வாங்கிப் போட்டுரு வாங்க. ஆனந்த விகடன், குமுதமெல்லாம் ரொம்ப மாறிப்போச்சு. ஜெயகாந்தன் கதையெல்லாம் இல்லாமே விகடனைப் படிக்கவே முடியலை. இவுக படிக்கிற இங்லீஷ், தமிழ் இலக்கியப் பத்திரிகை எல்லாம் படிச்சா ஒண்ணும் வெளங்கவே மாட்டேங்குது. அவுஹ ரசனை வேற மாதிரி இருக்குது. அப்போ திருநெல்வேலியிலே இருந்த போதெல்லாம் அவுஹ இப்பிடி எல்லாம் மாறலை. இங்க மெட்ராஸுக்கு வந்த பெறகுதான் என்னென்ன பத்திரிகைகளோ, புஸ்தகங்களோ படிக்கிறாங்க. ப்ரெஞ்சு சினிமாங்கிறாங்க, ஜெர்மன் சினிமாங்கிறாங்கிறாங்க. வீட்டுக்கு ப்ரெண்ட்ஸ்கள் வந்தா மார்க்சியம் அதுஇதுன்னு என்னென்னமோ பேசுறாங்க.

நான் எங்கியோ ஒரு பக்கம் போனா, அவுஹ வேற எங்கியோ போற மாதிரி இருக்குது. ரெண்டு பேர் ஜாதகத்தையும் எடுத்துக்கிட்டு மாம்பலம் ஜோசியரைப் போய்ப் பார்த்தேன். என்னம்போ தெசா புத்தி சரியில்லைன்னாரு. ராகு காலத்துல துர்க்கைக்கு எலுமிச்சம் பழத்துல வெளக்குப் போடச் சொன்னாரு. ஒரு மண்டலம் மைலாப்பூர் கோயில்ல போயி வெளக்குப் போட்டேன். ஒழுங்கா வேலைக்கெல்லாம் போறாங்க, சம்பளத்த எல்லாம் செலவுக்கு எடுத்துக்கிட்டு மிச்சத்தை ஒழுங்காத் தந்துருதாங்க. ஆனால் ரெண்டு பேரும் மனசுவிட்டு ஆற அமரப் பேசி ரொம்ப வருசமாயிட்டுது. சமையல்கட்டுதான் கதின்னு ஆயிப் போச்சு.

நாலு மாசத்துக்கு முன்னாலே திருநெல்வேலியிலே ஒரு கல்யாணம். குடும்பத்தோட எல்லோரும் போயிருந்தோம். அவுஹளுக்கு ரெண்டே ரெண்டு நாள்தான் லீவு. எனக்கு மெட்ராஸ் சடவு தீர, ஒரு வாரமாவது ஊர்ல இருக்கணும் போல இருந்தது. “நீ வேணும்னா இருந்துட்டு வா”ன்னுதான் சொன்னாங்க. பிள்ளைகளுக்கும் படிப்பு இருக்குது. இனிமேல் ஊருக்கும் நமக்கும் உள்ள உறவு அவ்வளவுதான்னு நினைச்சுக் கிட்டுப் பொறப்பட்டுட்டேன்.

கல்யாணத்துக்கு வந்திருந்த சபாபதி சித்தப்பா மகளும் இதைத்தான் சொல்லுதா. அவ மன்னார்குடியிலே இருக்கா. “ஊருல வந்து மனசார ஒரு பத்து நாள் இருக்க முடியலை அக்கா”ன்னு சொல்லுதாள். எல்லாப் பொம்பளைகளும் பொறியில மாட்டிக்கிட்ட மாதிரி, சொந்த பந்தத்தை எல்லாம் விட்டுக் குடும்பத்துக்குள்ள சிக்கிக்கொண்ட மாதிரிதான் இருக்குது. “காலையில அஞ்சு மணிக்கி அடுப்படிக்குள்ள போனா, ராத்திரி பத்து பத்தரை ஆயிருதுக்கா வெளியில வர”

என்கிறாள் கலா. கலாவை பெரிய மாமா பையன் கல்யாணம் பண்ணிக்கிடணும்னு ஆசைப்பட்டான். ஆனால் மனுஷ வாழ்க்கையிலே நெனச்சது எல்லாமா நடந்துருது. கலாவுக்கு செம்பகம் பிள்ளைத் தெருவுல மாப்பிள்ளைப் பாத்து சபாபதி சித்தப்பா கட்டிக் குடுத்திட்டா. பெரிய மாமா பையனோட கலாவுக்குக் கல்யாணம் ஆகியிருந்தா கலா சந்தோஷமா இருந்திருப்பாளோ என்னமோன்னு தோணும். கலாவைக் கல்யாணம் பண்ண முடியலைன்னதும் அவன் தூக்க மாத்திரைகளைச் சாப்பிட்டுத் தற்கொலை பண்ணிக்கிட்டான்.

இந்த ஆம்பளைகளுக்குத்தான் காதல் அதுஇது எல்லாம் வருது. ஆசப்பட்டவ கெடைக்கலைன்னா எதுக்காகச் செத்துப் போகணும்? அப்பிடியே அவன் கலாவைக் கல்யாணம் பண்ணியிருந்தாலும் வேற என்ன புதுசாவா வாழ்ந்துறப் போறான்? அவன் ஏதாவது வேலைக்கிப் போயிருப்பான். இவ, கலா, சோத்தப் பொங்கிக்கிட்டும், இட்லிய அவிச்சுத் தட்டிக்கிட்டும்தான் காலத்தை ஓட்டியிருப்பா. புள்ளைகளப் பெத்திருப்பா. வேறென்னத்தைச் செஞ்சிருக்கப் போறா? இப்போ மன்னார்குடியிலே என்ன செஞ்சுக்கிட்டிருக்காளோ, அதைத்தான் அவன்கூட வாழ்ந்தாலும் செஞ்சிருக்கப் போறா. பொம்பளைகளுக்கு வேற விமோசனம் ஏது? அடுப்படி, பிள்ளை பெத்துக்கிறது இதுதானே பொம்பளையோட வேலை.

இல்லேன்னா கோயில், சினிமா, இந்தக் காலத்துல டி.வி. பாக்கிறது. வேற என்ன இருக்குது? இவுகளைப் பார்க்க வருகிறவங்க பெண்கள் சுதந்திரம், பெண்ணுரிமைன்னு ஏதேதோ செல்வாங்க. மாம்பலத்திலேருந்து கௌஸல்யான்னு ஒரு பொண்ணு பேண்ட், சட்டை எல்லாம் போட்டுக்கிட்டு, ஜோல்னாப் பையைத் தொங்க விட்டுக்கிட்டு வரும். அவள் கவிதை எல்லாம் எழுதுதாளாம். 'ஆன்ட்டி, ஆன்ட்டி'ன்னு அடுப்படிக்கே வந்து பேசிக்கிட்டு இருப்பா. அவளுக்கெல்லாம் வீட்டு வேலையே செய்யத் தெரியாதோன்னு தோணும். அவள் ஆபீஸிலே வேலை பார்க்கிறா. ஆனால் அவதான் வீட்டிலே எல்லா வேலையும் பார்ப்பாளாம். சமையல், துணி துவைக்கிறது எல்லாம் செஞ்சுட்டு ஆபீஸ் வேலையும் பார்க்கிறா. ஆச்சரியமாத்தான் இருந்தது. வேலைக்குப் போற பெண்களுக்குத்தான் கூடுதல் வேலைப் பளு.

"இல்ல ஆன்ட்டி... அதெல்லாம் ஒண்ணும் கஷ்டமா இல்ல"

"உன்னோட வீட்டுக்காரர் கூடமாட உதவி செய்வாரா"

"செய்யாமே என்ன? அவருக்குச் சமையல்கூடத் தெரியும் ஆன்ட்டி..."

“குடுத்து வச்சவம்மா நீ... ”

“ஏன், சார் உங்களுக்கு உதவி எல்லாம் பண்ண மாட்டாரா?”

“நானும் அவங்ககிட்டே உதவி கேட்டதில்லை. அவங்களும் செஞ்சது இல்லை. அவங்க சமையல்ல உதவி எல்லாம் செய்கிறதை எங்க மாமாவும், அத்தையும் விரும்ப மாட்டாங்க”

“ஏன் அவங்களுக்கு என்ன பிரச்சினை?”

“எங்க ஊரிலே புருஷனை வேலை வாங்கிப் பழக்க மில்லே... ” என்றேன். கௌஸல்யா விழுந்துவிழுந்து சிரித்தாள்.

“நான் சார்கிட்டே சொல்லிச் சமையல் செய்யச் சொல்லட்டுமா?” என்றாள். நான் சரி என்றும் சொல்லவில்லை. வேண்டாம் என்றும் சொல்லவில்லை.

சென்னையில் பிலிம் பெஸ்டிவல்ன்னு சொன்னாங்க. ஒரு நாள் தேவி தியேட்டருக்கு ‘நீயும் வந்து பாரு’ன்னு என்னையும் ரவியோட அப்பா கூட்டிக்கிட்டுப் போனாங்க. அன்னைக்கி கௌஸல்யாவும் அவள் புருஷனும்கூட எங்கக் கூட வந்திருந்தாங்க. ‘டீச்சர்’னு ஏதோ பிரெஞ்சுப் படம். அது அம்மணக்குண்டிப் படம். பொம்பளை எல்லாம் துணி இல்லாமே வாறா. எனக்கு ஒரே வெக்கமாப் போச்சு. இதை எல்லாம் எப்படி ஆணும் பொண்ணுமா உக்காந்து பார்க்கிறாங்கன்னு தோணிச்சு.

வீட்டுக்கு வந்தா, அது ஆர்ட் படம்னு சொன்னாங்க. ‘ஆர்ட்’ன்னா என்னன்னு கேட்டேன். ‘கலைப் படம்’ன்னாங்க. “ஒடம்புல துணி இல்லாமே வாரதா கலைப் படம்?”ன்னு கேட்டேன். “படம் பூராவுமா துணி இல்லாமே வர்றாங்க?”ன்னு திருப்பிக் கேட்டாங்க ரவியோட அப்பா. இனிமே அவங்க இங்லீஷ் படத்துக்குக் கூப்பிட்டாப் போகிறதில்லைன்னு முடிவு பண்ணினேன்.

நான் ஏழாங் கிளாஸ் படிக்கும் போதுன்னு ஞாபகம். ரவியோட அப்பா வீட்டிலேயும், எங்க வீட்டிலேயும் சேர்ந்து பார்வதி டாக்கீஸிலே ‘கர்ணன்’ படம் பாக்கப் போயிருந்தோம். எல்லாரும் படம் முடிஞ்சு, அதைப் பத்திப் பேசிக்கிட்டே வீட்டுக்கு வந்தோம். எல்லாருக்கும் படம் ரொம்பப் புடிச்சிருந்தது. அப்படிப்பட்ட படமெல்லாம் பார்த்தவங்க, இந்த மாதிரிப் படத்தைப் போயி ஆர்ட் பிலிம், கலை படம்ன்னு சொல்றாங்களேன்னு தோணிச்சு. இவங்க ரொம்ப மாறிட்டாங்கன்னு பயமா இருந்தது. ரவியும், கீதாவும் இவங்களை மாதிரி ஆகிடக் கூடாதேன்னு பயமா இருந்தது.

இங்லீஷ் பொஸ்தகம், இங்லீஷ் படம் எல்லாம் கெட்டது. நம்ம பிள்ளைகளுக்கு அதெல்லாம் பழக்கம் ஆகிரக் கூடாது. இவங்கள எப்படிக் காப்பாத்துறதுன்னு தெரியலை.

கீதாகூடத் தடிதடியா இங்லீஷ் பொஸ்தகமெல்லாம் படிக்கிறா. அதெல்லாம் ஆபாசக் கதைகளா இருக்குமோன்னு பயமா இருக்கு. நல்ல வேளையா ரவி பாடப் புஸ்தகத்தைத் தவிர வேற பத்திரிகை, கதைப் பொஸ்தகம் எதையும் படிக்கிற தில்லை. அவனுக்குக் கிரிக்கெட்தான் வேணும். ஸ்கூல் விட்டு வந்தா மட்டையைத் தூக்கிட்டு விளையாடக் கௌம்பிருவான்.

மாமா, அத்தையெல்லாம் நான் சின்னப் பிள்ளையா இருந்தபோது அடிக்கடி நெல்லையப்பர் கோயிலுக்குத்தான் போவாங்க. இங்கே மெட்ராஸுக்கு வந்த பிறகு எப்போப் பார்த்தாலும் டி.வி.தான் பார்க்கிறாங்க. மெட்ராஸ் எல்லாரையும் மாத்திட்டுது.

அவன்

சாந்தி முப்பது நாப்பது வருஷத்துக்குப் பின்னாலேயே இருக்கா. 1970க்கு முன்னே உள்ள நாவல், தொடர்கதை, கதைகள், சினிமாக்களையே நெனைச்சுக்கிட்டு இருக்கா. அதுக்கப்புறம் அவளோட ரசனை வளரவே இல்லை. அப்படியே நின்னு போச்சு. ஒரு காலத்திலே நானும் நா. பார்த்தசாரதி மணிவண்ணன்ங்கிற பேர்ல எழுதுன 'குறிஞ்சி மல'ரைப் படிச்சுட்டுக் கெறங்கிக் கெடந்தவன்தான். ஆனந்த விகடன்லே வந்த ஜெயகாந்தனோட முத்திரைக் கதைகள், சித்திரை மலர், பொங்கல் மலர்களிலே வந்த ஜெயகாந்தனோட குறுநாவல்களை எல்லாம் படிச்சு சந்தோஷப்பட்டவன்தான். இப்போ என்னாலே 'குறிஞ்சி மல'ரோ, ஜெயகாந்தனோட 'பிரளய'மோ, 'ரிஷிமூல'மோ படிக்க முடியலை. போயும்போயும் இந்தக் கதைகளையா படிச்சு மயங்கிக் கிடந்தோம்னு ஆச்சரியமா இருக்கு. ஜெயகாந்தனோட கதைகளிலே சத்தம் அதிகமா இருக்கு. வளவளன்னு அவர் உரத்த குரல்லே கதை சொல்றார். கே. பாலசந்தருடைய சினிமாப் படங்களிலே எல்லாக் கதாபாத்திரமும் புத்திசாலித்தனமாப் பேசற மாதிரி ஜெயகாந்தனோட கதாபாத்திரமெல்லாம் ரொம்பச் சமத்காரமா (ஜெயகாந்தனுக்குப் பிடித்தமான சொல் இது) சத்தம் போட்டுப் பேசுது, விவாதம் பண்ணுது.

ஆனா ஜானகிராமனோட சிறுகதைகள் அவர் நாவலை மாதிரி சலிச்சுப் போகலை. கலைஞன்

மாசில்லாமணி இருபது இருபத்தஞ்சு வருஷத்துக்கு முன்னாலே 'தி. ஜானகிராமன் '*மோகமுள்*'ளிலே இருந்து '*நளபாகம்*' வரை எல்லா நாவல்களிலேயும் ஆண் – பெண் பிறழ் உறவுகளைத் தானே திரும்பத்திரும்பச் சொல்லுதாரு' என்று சொன்னார். ஆனா அவரோட கதை சொல்லும் நடை அபாரமாகத்தான் இருக்கு. அந்த நடை சலிப்புத் தரலை. ஜெயகாந்தனோட நடை அலுப்புத் தட்டுகிற மாதிரி ஜானகிராமனோட நடை அலுப்புத் தட்டலை.

ஒரு காலத்திலே *ஆனந்தவிகடன், கல்கி, குமுதமெல்லாம்* வாராவாரம் படிக்கலைன்னா என்னவோ மாதிரியா இருக்கும். இப்போ இந்தப் பத்திரிகைகளைப் படிக்கவே முடியலை. முன்னே *தாமரை, கணையாழி* மாதிரி சிற்றிதழ்கள்கூடப் படிக்கப் பிடிச்சிருந்திச்சு. இப்போ வருகிற இலக்கியப் பத்திரிகைகளைக் 'கடனே'ன்னுதான் படிக்க வேண்டியதிருக்கு.

சினிமாவும் இப்படித்தான் ஆகிப் போச்சு. ஆரம்பத்திலே ஸ்ரீதரோட 'நெஞ்சில் ஓர் ஆலயம்', 'அவளுக்கென்று ஒரு மனமெ'ல்லாம் ரொம்பப் பிடிச்சிருந்தது. 'போலீஸ்காரன் மக'ளும் அப்படித்தான். கே. பாலசந்தர் வந்த பிறகு, அவருடைய 'நீர்க்குமிழி', 'நாணல்', 'மேஜர் சந்திரகாந்த்', 'அரங்கேற்றம்' இதெல்லாம் பார்த்துப் புல்லரிச்சுப் போனேன். நாளாகநாளாக ஸ்ரீதர் மனசை விட்டுத் தூரப் போனார். பிறகு கே.பி. படங்களைப் பார்க்கிற ஆர்வமும் குறைஞ்சு போச்சு.

இப்போ டி.வி., யூடியூப் எல்லாம் வந்த பிறகு அந்தப் படங்கள், அந்தக் காலத்துல ரசித்த பாடல்களை எல்லாம் திரும்பத்திரும்பப் பார்த்து 'போர்' அடிச்சுப் போச்சு. ஒரு காலத்திலே ரொம்பப் பிரமாதமாகத் தோன்றின ஜெர்ரி லூயிஸ் நடிச்ச படங்கள், ஸீன்கானரி நடிச்ச 007 படங்கள், 'பென்ஹர்', 'ஆப்ஸண்ட் மைன்டட் ப்ரொபஸர்', 'ஹடாரி' போன்ற படங்கள் மேலே இருந்த ஈர்ப்பு எல்லாம் காணாமல் போயிட்டுது. ஆனால் ஹிட்ச் ஹாக்கோட சில படங்கள் மேலே மட்டும் இன்னமும் மதிப்பு இருக்கு.

பிலிம் சொஸைட்டிகள், அமெரிக்க, ப்ரெஞ்ச், ஜெர்மானியத் தூதரகங்களில் பார்த்து வியந்த கலைப் படங்கள் மேலேகூட, பல படங்கள் மேலே இருந்த மதிப்பு, மரியாதை எல்லாம் குலைஞ்சு போயிட்டுது. பெர்க்மானோட 'பெர்ஸோனா' யூடியூபிலே சீரழியுது. ட்ருபாவோட 400 ப்ளோஸ், இப்படி எந்தக் கலைப் படம் வேண்டுமானாலும் யூ டியூப்பிலே, நாம நெனைச்ச நேரத்திலே பார்க்கலாம் என்று ஆன பிறகு அந்தப் படங்களோட அருமை, தேடித்தேடிப் போய்ப் பார்த்த அபூர்வம் எல்லாம் காணாமல் போயிட்டுது.

எல்லாமே இப்படித்தான். கிடைக்க அபூர்வமா இருந்தாத் தான் அது மேலே மதிப்பு இருக்கும். காலுக்குள்ளேயும் கைக்குள்ளேயும் கெடந்து சீரழியிதுன்னா அது சர்வ சாதாரணமாப் போயிருது. சின்ன வயசிலே தீபாவளி, பொங்கல் இந்த மாதிரி விசேஷங்களுக்குப் புதுச்சட்டை எடுத்துக் குடுப்பாங்க. அந்தத் துணிமணிகளைப் போடும் போதெல்லாம் சந்தோஷமா இருக்கும். இதுவே ஏகப்பட்ட துணிமணிகள் இருந்தா எது மேலேயும் பெரிய மவுசு ஏற்படாது.

மாற்றம் ஒன்றே மாற்றமில்லாததுன்னு இப்போ சொல்றாங்க. இது நெசந்தான். கிரகங்கள் பால்வீதியிலே உருண்டு உருண்டு எங்கேயோ போய்க்கிட்டிருக்க மாதிரிதான் நம்ம மனசு, ரசனை, ருசி எல்லாம்கூட மாறித்தான் போயிருது. இது ஏன்னு தெரியலை. இது ஏதாவது பிரபஞ்சவிதியோ என்னவோ? நான் சின்னப் பிள்ளையிலே நடந்த தெருக்கள்லே இப்போ நடந்தா அதெல்லாம் ரொம்பச் சிறுசான மாதிரியில்லா இருக்குது. அதே தெரு, அதே அகலமும், நீளமுமான ரோடுதான். ஆனா இதுவே ஒவ்வொரு வயசிலே, ஒவ்வொரு காலத்திலே சிறுசா எப்பிடிப் போச்சுன்னு தெரியலை. இது என்ன மயக்கம்? மன மயக்கமால்ல இருக்கு. அதே நாவல், அதே சினிமா பிடிக்காமப் போற மாயத்தை என்ன சொல்ல? மனசு, ரசனை எப்பிடி மாறிச்சு? யாரு மாத்தினது? வளர்சிதை மாற்றம் எல்லாம் உடம்புக்கு மட்டுமில்லை, மனசுக்கும் நடக்குது. எல்லாம் மாயமா இல்லே இருக்கு.

சிலரைப் பிடிக்குது. சிலரைப் பிடிக்கவே பிடிக்கலை. சில முகம் ரொம்ப அழகா இருக்குது. சில முகம் அழகுக் குறைச்சலா இருக்குது. எல்லோருமே ஐஸ்வர்யா ராய் மாதிரி அழகான மொகத்தோட பொறக்க முடியுமா? காடு, நதி எல்லாம் மனசுக்குப் பிடிச்சிருக்கு. அதையெல்லாம் பொழுதெல்லாம் பார்த்துக்கிட்டே இருந்தா, பிடிக்காமல் போகாவிட்டாலும், அது மேலே ஏற்பட்ட பரவசம், ஆச்சரியம், சந்தோஷம் இதெல்லாம் இல்லாமல் போயிரலாம். காட்டிலேயே, மலையிலேயே வாழுகிற பழங்குடி மக்களுக்கு காடு, மலை, ஆறு இதையெல்லாம் பார்த்தா பரவசமாகவா இருக்கும்? அதெல்லாம் அவங்களுக்கு அபூர்வமானது இல்லையே. தினசரி, நாள்கணக்கா, வார – மாத – வருஷக்கணக்கா புழங்குகிற மலையும், காடும், ஆறும் அவங்களுக்குக் கிளர்ச்சியைத் தரும்னு சொல்ல முடியுமா?

புதுமைப்பித்தனோட ஜிப்பா போட்ட படம் மூக்காண்டி மாமாவைத்தான் ஞாபகப்படுத்திச்சு. மூக்காண்டி மாமா எப்போதும் ஜிப்பாதான் போடுவா. எழுத்தாளர்ன்னா ஜிப்பா தான் போடணுமோ என்னமோ? ஆனா யார் ஜிப்பா

போட்டாலும் அழகாத்தான் இருக்கு. அதுவும் பெண்கள் ஜிப்பா போட்டா ரொம்ப நல்லா இருக்கு. பெண்கள் முழுக்கைச் சட்டை போட்டு அதைக் கொஞ்சம் மடிச்சு விட்டாலே அழகாத்தான் இருக்கும். ஆம்பிளைகள் போடுகிற சட்டையை, வேட்டியை பெண்கள் அணிந்தாலே ஒரு தனி அழகு வந்திருது. ஆனால் பெண்கள் அணிகிற எந்த உடைகளை ஆண்கள் அணிந்தாலும் பார்க்கச் சகிக்காது. ஏனென்று தெரியவில்லை. இதுவொரு மாயம்தான்.

எதையும் நிச்சயமா, உறுதியாச் சொல்ல முடியாதுன்னு ஒரோரு சமயம் தோணுது. ஒரு நேரம் இந்த உலகத்தைப் படைச்ச சக்தின்னு ஒண்ணு, பாரதி சொல்ற மாதிரி, பார்க்க முடியாத பராசக்தி இருக்குதுன்னு தோணும். ஆனால் இதை விஞ்ஞானம் ஏத்துக்கிடாது. வெறும் சூன்யத்திலே இருந்து ஸ்தூலமான ஒரு அணு உண்டாக முடியும்னு சொல்றாங்க. பக்தர்களுக்குச் சாமி கும்பிடும்போது, படிச்சவங்களுக்கு இதெல்லாம் ஞாபகத்துக்கு வராமலா இருக்கும்? ஹிந்து மதத்திலேதான் எத்தனை சாமிகள், குருமார்கள், சித்தபுருஷர்கள்... இயேசு, ஆப்ரஹாம் எல்லாம் சித்த புருஷர்கள்தானே? நபிகள் நாயகம்கூட தலைமை வகிச்ச சித்தபுருஷர்ன்னுதான் தோணுது. இந்த மாதிரி லௌகீகமா, விஞ்ஞானம் அதுஇதுன்னு யோசிச்சா பக்தி, கடவுள் நம்பிக்கை, பாரதி நெனைச்ச மாதிரி பராசக்திகூட இல்லாமேப் போயிரும். பாரதிக்கும் கடவுளைப் பற்றிய குழப்பம் எல்லாம் வந்து போயிருக்குமோ என்னவோ?

சம்பந்தம் சொல்றான், பாரதி பராசக்தின்னு சொன்னது, சக்தி வழிபாட்டை ஒட்டித்தான்னு சொல்றான். காளியைத்தான் பராசக்திங்கிறார் அப்படிங்கிறான் சம்பந்தன். நான் – பாதி நாஸ்திகன், பாதி ஆஸ்திகன். ரெண்டுங்கெட்டான். ஒரோரு சமயம் கடவுள் இல்லைன்னு தோணும். ஒரு சமயம் இந்தப் பிரபஞ்சத்தை இத்தனைக் கட்டுக்கோப்பா, இத்தனை விதிமுறைகளோட உருவாக்கின மாபெரும் சக்தி ஒண்ணு இருக்குன்னு தோணும். ஆனா அது சிவனா, பெருமாளா, இயேசு சொல்கிற தகப்பனான்னு அறுதியிட்டுச் சொல்ல முடியாது. இதெல்லாம் மத ஸ்தாபனங்கள் உண்டாக்கின கடவுள்கள்ன்னு முடிவு பண்ணிட்டேன். இதிலே சந்தேகம் வராது.

இந்த மாதிரி என்னை மாதிரி சந்தேகப் பேர்வழியா யாரும் இருக்கக் கூடாதுன்னுதான் எல்லா மதமும் சரணாகதியை வலியுறுத்துது. நம்பிக்கையைப் பற்றிப் பெரிசாச் சொல்லுது. கண்ணை மூடிக்கிட்டு நம்பிட்டால் கடவுள், படைத்தவன் இருக்கானா இல்லையான்னு சந்தேகமெல்லாம் வராதுல்லா? நம்பிக்கையில் தொய்வு ஏற்படாமல் இருக்கத்தான் பிரார்த்தனை,

சடங்குகளை வரிஞ்சுவரிஞ்சு மனுஷன்மேலே கட்டியிருக்காங்க. இப்படித் திட்டம் போட்டுச் செய்யலைன்னாலும் காலப் போக்கிலே இதெல்லாம் உண்டாகியிருக்கணும்.

பழனி, கோயிலுக்குப் போனான்னா சாமி முன்னாலே நின்று ஏதேதோ பேசுதான். அவன் போகாத கோயில் இல்லே. சாந்தியை எல்லாம்விட பழனிக்கித்தான் பக்தி ஜாஸ்தி. உச்சினி மாகாளி, முத்தாரம்மன், சாஸ்தா, சிவன், பெருமாள் எந்தத் தெய்வமும் அவனுக்கு விலக்கில்லே. திருப்பதிக்குப் பல தடவை போயிருக்கான். திருச்செந்தூருக்கு அடிக்கடி போவான். பங்குனி உத்திரத்துக்கு வருஷந்தோறும் சாத்தாங் கோயிலுக்குப் போயிருவான். முழுமையான பக்தன். பழனி மாதிரி நம்முடைய அன்றாட, லௌகீக வாழ்வைக் கடவுள்தான் வழிநடத்துகிறார்னு நம்புகிறவங்கதான் ஜாஸ்தி. என்னை மாதிரி ரெண்டுங் கெட்டான்களா இருக்கிறதுக்கு என்ன காரணம்னு ஜோஸ்யத்திலே ஏதாவது பதில் இருக்கலாம். இந்தப் புத்திக் குழப்பத்துக்குக் கிரக அமைப்புகள் காரணமோ, என்னமோ? சொல்லப் போனால் ஜோஸ்யத்திலேயும் முழு நம்பிக்கை கிடையாது. என்னத்தைச் சொல்ல?

குருசாமி ஒரு அறிவு ஜீவி. எதையும் அலசி ஆராஞ்சு எழுதுகிறவரு. ஆன்மீகம்முதல் அரசியல்வரை சகலத்திலும் புகுந்து வெளிவரக்கூடிய ஆளு. பல மடாதிபதிகளையும் தெரியும், அரசியல்வாதிகளையும் தெரியும். தீவிரமான தேச பக்தர். தமிழ், ஆங்கிலம் ரெண்டிலேயும் நல்ல பாண்டித்யம். இவருக்குன்னு ஏராளமான வாசகர்கள் இருக்கிறாங்க. காலையிலே ரொம்ப நேரம் பூஜை பண்ணுவார். பூஜை முடிக்காமே சாப்பிட மாட்டார். விரதங்களை எல்லாம் ஒழுங்கா அனுஷ்டிப்பார். என்னாலே ஒரு பத்து நிமிஷம்கூடப் பசியோட இருக்க முடியாது.

“டேய் ராமச்சந்திரா... நீ... நீயாவே இருடா... ஏன் குருசாமிய, பழனிய நெனச்சு, அவங்கள மாதிரி இருக்க முடியலியேன்னு வருத்தப்படறே? . . .” என்கிறார் தஞ்சை ப்ரகாஷ். தஞ்சை ப்ரகாஷ் நாலைந்து மொழி தெரிஞ்சவர். இலக்கியத்திலே, அவர் சொல்ற மாதிரிச் சொல்லணும்னா, அபாரமான ஈடுபாடு. மௌனியோட சிறுகதைகளை அப்படியே சொல்லுவார்.

திடீர்னு ராஜமுந்திரியிலே இருந்து லெட்டர் எழுதுவார். வெங்காய வியாபாரத்துக்காக வந்தேன்னு சொல்வார். கோதாவரி ஆற்றை அப்படி வர்ணிச்சு எழுதுவார். அவராலே எப்படி வியாபாரம் பண்ண முடியும்னு தோணும். முடியலை. எவ்வளவு பணம் நஷ்டமாச்சுன்னு கேட்டேன். “விட்டுத் தள்ளுடா”ன்னு ஒரே வரியிலே சொல்லிட்டார். இலக்கிய

நூல்களை பப்ளிஷ் பண்ணணும்னு பதிப்பகம் ஆரம்பிச்சார். அதுவும் சரியா வரலை. ப்ரகாஷை நினைக்கும்போது மனசுக்கு ரொம்பச் சங்கடமா இருக்கும்.

க.நா.சு. சென்னையிலே 1980களில் பிற்பகுதியிலே டி.எஸ்.வி. கோயில் தெருவிலே, குடியிருந்தபோது, அவர்கிட்டே 'பித்தப்பூ'ன்னு ஒரு நாவல் இருக்குன்னு கேள்விப்பட்டு, அதை பப்ளிஷ் பண்ண தஞ்சாவூரிலே இருந்து சென்னைக்கு வந்தார் ப்ரகாஷ். நானும் ப்ரகாஷ்கூட க.நா.சு. வீட்டுக்குப் போயிருந்தேன். க.நா.சு.கிட்டே அந்த நாவலை வாங்கிக்கிட்டுப் போய் அதைப் புஸ்தகமாகப் போட்டார். க.நா.சு. யார்ன்னு அவர் குடியிருந்த வீட்டுக்காரருக்குக்கூடத் தெரியாது. சாண்டில்யன்னா எல்லாருக்கும் தெரியும். அவரோட நாவல்கள் இன்னைக்கும் ஆயிரக்கணக்கிலே வித்துக்கிட்டிருக்கு.

புதுப் புஸ்தகத்தைத் திறந்து முகர்ந்து பார்த்தால் அந்தத் தாள், மையோட வாசனை எல்லாம் திரும்பத்திரும்ப முகர்ந்து பார்க்கத் தோணும். சாண்டில்யனோட 'யவனராணி'யை வாங்கி முகர்ந்து பார்த்தாலும் இந்த வாசனை வரும். க.நா.சு. வோட பித்தப்பூ நாவலை முகர்ந்து பார்த்நாலும் அந்த வாசனை வரும். ஆனா யவனராணியோட விற்பனைக்கும், பித்தப் பூவோட விற்பனைக்கும் ஏணி வைத்தால்கூட எட்டாது. கனகாம்பரம், முல்லை இதெல்லாம் தாழம்பூ, மரிக்கொழுந்து மாதிரி வருமா? நமக்கு எது வேணுமோ அதை எடுத்துக்கிட வேண்டியதுதான். அலோபதி, ஆயுர்வேதம், சித்த மருத்துவம், யுனானி, ஹோமியோபதி, மலர் மருத்துவம்னு எத்தனையோ வகை மருத்துவம் இருக்குது. நமக்கு எது சரிப்பட்டு வருமோ அதை எடுத்துக்கிட வேண்டியதுதான். உலகத்திலே எல்லாம் பன்முகத் தன்மையா, பலவிதமா இருக்கிறதுதான். நாமதான் தேர்ந்தெடுக்கணும். சாண்டில்யனா, க.நா.சு.வா, முல்லையா, தாழம்பூவா, அலோபதியா, ஆயுர்வேதமான்னு நாமதான் தேர்ந்தெடுக்கணும். பல வகைகளில் எதைத் தேர்ந்தெடுக்கிறதுன்னு குழப்பம் வந்தாலும் ஏதோ ஒண்ணைத் தேர்ந்தெடுத்துத் தானே ஆகணும்? வசதி இருந்தால்கூட ரெண்டு, மூணுகூட தேர்ந்தெடுக்கலாம். தப்பு ஒண்ணும் இல்லை.

அவள்

"முடிஞ்சா, கூட ஒண்ணோ ரெண்டோ தேர்ந்தெடுக்கலாம்னா, ஒரு ஆம்பள ரெண்டு மூணு பொண்டாட்டி கட்டிக்கிட முடியுமா?" இப்பிடி நான் கேட்டதுக்கு ரவியோட அப்பா, "ராமாயாணத்துல தசரதருக்கு நாலு பொண்டாட்டி இல்லையா, கிருஷ்ணருக்கு முருகனுக்கெல்லாம் ரெண்டு பொண்டாட்டிதானே?"ன்னு குறுக்குக் கேள்வி கேக்கறாங்க.

"அப்போ நீங்க எத்தனை பொண்டாட்டி வச்சிருக்கீங்க"ன்னு கேட்டேன்.

"என்னை மாதிரி ஏகபத்தினி விரதனா பவன் இருப்பான்?"

"ஏன் ஒங்க அப்பா, தாத்தா... எங்க அப்பா, தாத்தா எல்லாம் பல பொம்பளைகளைக் கட்டிக்கிட்டவங்களா?"

"கடவுளே ரெண்டு பொண்டாட்டி கட்டியிருக்கிறப்போ மனுஷன் அப்பிடி இருந்துட்டா என்ன தப்புன்னு கேக்கறேன்?"

"அப்பம் ஒரு பொம்பள பல புருஷங்ககூட வாழ்ந்தா தப்பில்லையா?"

"மகாபாரதக் கதையிலே பாஞ்சாலி அப்படி இருந்திருக்காளே. அஞ்சு பேருக்குப் பொண்டாட்டியா அவ வாழலையா?"

“அதெல்லாம் கதை. கற்பனை. ஆணோ, பொண்ணோ ஒண்ணுக்கு மேல ஒண்ணுன்னு வச்சுக்கிட்டா கொழப்பம் வரும். சீக்கு வரும்.”

ரவியோட அப்பா சிரிச்சாங்க. எனக்குக் காவேரி அத்தை ஞாபகம்தான் வந்துச்சு. காவேரி அத்தைவீட்டு மாமா வெள்ளந்தாங்கிப் பிள்ளையார் கோயில் தெருவுல இன்னொரு குடும்பம் வச்சிருந்தாங்க. காவேரி அத்தை மூக்கும் முளியுமா நல்லாத்தான் இருப்பா. சமையல் எல்லாம் நல்லாப் பண்ணுவா. மாமாவுக்குத் தொண்டர் சன்னதியிலே புரோக்கர் வேலை. வத்தல், வெங்காயம், சிமெண்டு இன்னதுன்னு இல்ல. எல்லாத்தையும் லாரி பிடிச்சு வெளியூருக்கு அனுப்புவா மாமா. அதுல கமிஷன் கெடைக்கும். அத்தை – மாமாவுக்கு ஆண் ஒண்ணு பொண்ணு ஒண்ணுன்னு ரெண்டு பிள்ளைக. காவேரி அத்தையைக் குத்தம் சொல்ல முடியாது. கட்டாத்தான் குடும்பம் நடத்துனா.

தொண்டர் சன்னதியில் மாமாவோட கமிஷன் கடைக்கிப் பக்கத்துல இருந்த டெய்லர் கடைக்கி வரப்போக இருந்த ஒரு மலையாளத்துக்காரி, மாமாவ எப்பிடியோ வளைச்சுப் போட்டுட்டா. வெள்ளந்தாங்கிப் பிள்ளையார் கோயில் தெருவுல தனி வீடு எடுத்து அவளைக் குடி வச்சிட்டா மாமா. பல வருஷமா போக்குவரத்து இருந்திருக்கு. மூணு நாலு வருஷங் கழிச்சு அந்தத் தெருவுல வீட்டு வேல பாக்குற சம்முகம் சொல்லித்தான் அத்தைக்கிச் சமாச்சாரம் தெரியும். ‘லாரி லோடு ஏத்துதேன், லோடு ஏத்துதேன்’னு மாமா பலநாள் வீட்டுக்கே வாரதில்லை. விஷயம் தெரிஞ்ச பொறவு அத்தை தொண்டர் சன்னதிக்கே போயி மாமா கிட்டே சண்டை போட்டா. பக்கத்துல பேட்டை ராவுத்தரோட கமிஷன் மண்டி. ராவுத்தர், “நீ வூட்டுக்குப் போம்மா... நான் அவெங் கிட்டே வெசாரிக்கேன். பொம்பளப் புள்ள கடத்தெருவுல வந்து சத்தம் போட்டா நாலு பேரு என்ன நெனப்பாவ?” என்று சமாதானம் பண்ணி அத்தைய அனுப்பி வச்சாரு.

அதுக்கப்புறமும் மாமா வீட்டுக்கு வரலைன்னதும், அத்தை வீட்டைப் பூட்டி, வளவுல இருந்த கார்சேரி ஆச்சி கிட்டச் சாவியக் குடுத்துட்டு, பிள்ளைகளைக் கூட்டிக்கிட்டு அவ அப்பா வீட்டுக்கு, பசுவந்தனைக்கிப் போயிட்டா. இன்னொருத்தி வந்து உள்ள புகுந்ததால குடும்பமே நாசமாப்போச்சு.

ஆம்பளைகளே கொஞ்சம் சபலம் உள்ளவங்கதான். திருநவேலியில வயக்காட்டையும், கடை கண்ணிகளையும்

விட்டா வேற தொழில் ஏது? திருநவேலிப் பிள்ளமாருங்களுக்கு வயலும், வீடும் இருக்கும். ரொம்ப நொடிச்சுப் போன ஆட்கள், கடைகள்ள வேலை பாத்துக் காலத்த ஓட்டுவாங்க. வயலு, வீடுன்னு வசதியா இருக்கிறவங்க மலையாளத்துக்காரிகளோட தொடுப்பு வச்சுக்கிடுவாங்க. மலையாளத்துப் பொம்பளைக எல்லாம் மோசம்ன்னு அர்த்தமில்ல. எங்க சம்பந்தமூர்த்தி கோயில் தெருவுல இருந்த பங்கஜத்து அக்காவுக்கு மலையாளந்தான். புனலூரு. அந்த அக்காவோட புருஷன் முனிஸிபாலிட்டியில ஹெல்த் இன்ஸ்பெக்டரா வேலை பார்த்தாரு. புருஷன், பொஞ்சாதி ரெண்டு பேருமே தங்கமான ஆளுங்க. பங்கஜத்தக்காகூட பாப்புலர் டாக்கீசிலே எத்தனையோ சினிமா பாத்திருக்கேன். மலையாள சினிமாப் பாட்டெல்லாம் அக்கா அழகாப் பாடுவா.

ஆனா சொக்கலிங்க முடுக்குத் தெரு, கனகராய முடுக்குத் தெருவுல இருந்த மலையாளப் பொம்பளைக எல்லாம் மோசம்னு தாயம்மக்காதான் சொல்லுவா. 'அப்படியே தெருவுல போற ஆம்பளைகளை இழுத்து வீட்டுக்குள்ள கூப்புட்டுக் கதவச் சாத்திக்கிடுவாளுவோ'ன்னு தாயம்மக்கா சொல்லுவா. அவளுக கிட்ட பணத்த வாரி இறைச்சு நடுத்தெருவுக்கு வந்த ஆட்கள் நெறையன்னு தாயம்மக்கா சொல்லுவா.

பொம்பளைகளுக்குப் பொழைக்கவா வழியில்ல? பீடி சுத்திப் பொழைக்கலாம், இட்லி வித்து, நாலு வீட்டுல வேல பாத்துப் பொழைக்கலாம். ஆம்பளையக் கெடுத்துத்தான் உயிர் வாழணும்னு இல்ல. எங்க அத்தைக்கு, ரவி அப்பாவோட அம்மாவுக்குச் சினிமாவுல நடிக்கிற பொம்பளைகளைப் புடிககாது. கணடவங்களையும் தொட்டு நடிக்கிறாளுங்க, எவனெவன் கூடயோ பாட்டுப்பாடி டான்ஸ் ஆடுதாளுவோ... ச்சி... அப்பிடிம்பாங்க. ரவியோட அப்பாகூட வேலை பார்க்கிற பெண்கள் வீட்டுக்கு வந்தால், அத்தை எந்திரிச்சு வீட்டுக்குள்ள போயிருவாங்க. கீதா தடிதடியா இங்லீஷ் புத்தகங்கள் படிக்கிறதெல்லாம் அத்தைக்குப் புடிக்காது. எதுக்கு கீதா இம்புட்டுப் படிக்கணும்னே கேப்பாங்க. "நாளைக்கி ஒருத்தன் வீட்டுல போயி சமச்சு, சட்டி சொரண்டப் போறதுக்கு எதுக்கு இம்புட்டுப் பணத்தச் செலவளிச்சுப் படிக்கணும்"ன்னு அத்தை சொல்வாங்க. இதைக் கேக்கதுக்கு ஒருமாதிரியா இருந்தாலும், அதுதான நெஜம்? என்ன படிப்புப் படிச்சாலும் கடைசியிலே அடுப்படிதானே பொகலிடம். பெரிய அம்பானி மாதிரி பணக்கார வீட்டுல வேணும்னா எல்லா வேலைக்கும் ஆள் இருக்கும். நம்மள மாதிரி ஆட்களுக்கு, நம்ம வீட்டுப் பொம்பளப் பிள்ளைகளுக்கு அடுப்படிதான கதி. சமையல்,

துணி துவைக்கிறது, வீடு பெருக்குகிறது, பாத்திரங்கழுவுதது இதுதான வேலை. அத்தை சொல்லுதது சரிதான்னு தோணும்.

ஆனா ரவியோட அப்பா அத்தைய, கன்ஸர்வேட்டிவ் அப்படிம்பாங்க. பியூடல் மனப்பான்மைம்பாங்க. "கீதா படிச்சு, வேலைக்கிப்போனா வீட்டு வேலைக்கி ஆள் வச்சுக்கிட முடியாதா? இப்பதான் எல்லாத்துக்கும் மிஷின் வந்துட்டுதே. பாத்திரங்கழுவ, வீடு பெருக்க எல்லாம்கூட மிஷின் இருக்கு. எங்க அம்ம அவ காலத்துல சட்டிக் கழுவி, வீட்டைத் தூத்துப் பெருக்கினதையே, நெனச்சுக்கிட்டு இருக்கா... நீ என்ன இப்பம் அம்மியிலயா அரைக்கிறே? கையாலேயா துணி துவைக்கிறே? பொம்பளைகளோட வேலையத்தான் மிஷின் செஞ்சு வேலையச் சுளுவாக்கிட்டுதே... பெறவு என்ன?"ன்னு இவங்க சொல்லுததும் சரின்னுதான் தோணும். "ஆனா மிஷினுக்குக் கொளம்பு வைக்க, பொரியல், கூட்டு வைக்கத் தெரியாதே"ன்னு கேப்பேன். "அதை மிஷின் பண்ணுனா நல்லா இருக்காது"ன்னு ஒத்துக்கிடுவாங்க.

இப்பிடியெல்லாம் இவங்க சொன்னாலும் அம்மியில அரைச்சுக் கொழம்பு வச்சா இவங்களுக்கு ரொம்பப் புடிக்கும். இவங்கள மாதிரி நெறைய ஆம்பளைகளுக்கு மிக்ஸியிலே அரைக்காம சமையல் பண்ணினாப் பிடிக்கத்தான் செய்யிது. நானாவது இன்னைக்கும் இந்த மெட்ராஸ் ஊர்ல அம்மி வாங்கி வீட்டுல வச்சிருக்கேன். இந்தக் காலத்துல யார் வீட்டுல அம்மியும், மாவு ஆட்டுற ஆட்டுரலும் இருக்குது? என் வீட்டிலே அம்மிதான் இருக்கு. ஆட்டுரல் இல்லை. ஆட்டுரல்ல தோசைக்கு அரைச்சு, எல்லாருக்கும் இட்லி அவிச்சு, தோசை சுட்டுக் குடுக்கணும்னு எனக்கு ஆசைதான். ஆட்டுரல் வாங்கினா அந்தக் குழவியை இழுத்துச் சுத்தி ஆட்ட முடியுமான்னு தெரியலை. டாக்டருங்க என்ன சொல்றாங்க? பொம்பளைங்க அம்மி, ஆட்டுரல் அரைக்கிறது, கையால் அடிச்சுத் துவைக்கிறதை எல்லாம் விட்ட பிறகுதான் தோள் வலி, கை வலி எல்லாம் வர ஆரம்பிச்சதுன்னு சொல்றாங்க.

இப்போ என்னென்னமோ வலி நிவாரண மாத்திரை, தைலங்கள் வந்திருக்குது. எங்கப் பாத்தாலும் பிஸியோதெரப்பி சென்டர்கள். ஏகப்பட்ட மருந்து, மாத்திரைகள். தெருவுக்கு நாலு மருந்துக்கடை. கிளினிக்குகள். எங்கே பார்த்தாலும் கூட்டம். டாக்டரப் பாக்கணும்னா அப்பாயிண்ட்மெண்ட் வாங்கணுமாம்.

திருநவேலியில தெப்பக்கொளத் தெருவுல சுப்ரமணிய ஐயர்ன்னு ஒரு டாக்டர். அவரை விட்டா தேரடியிலே நாயுடு

டாக்டர். பேறு காலத்துக்கு கிட்டி ஜோசப். அவ்வளவு பெரிய ஊருக்கு இவங்க மூணு பேருதான் டாக்டர். டவுன் ஆர்ச் பக்கத்துல ராமய்யர்ன்னு ஒருத்தர் உண்டு. இப்பம் எங்கே பார்த்தாலும் கிளினிக். பெரியபெரிய ஆஸ்பத்திரிகள். உலகம் எங்கப் போகுதுன்னே தெரியலை. இதெல்லாம் நல்லதுக்கா, கெடுதலுக்கான்னு தெரியலை.

ஊருக்கு ரயில்ல போகும்போது, ரெண்டு பக்கமும் எங்கப் பார்த்தாலும் நீர்க்கருவை மரமா வளந்து கெடக்க மாதிரில்லா, ஊர் பூரா கிளினிக்களா, ஆஸ்பத்திரிகளா ஆயிப் போச்சு. என்னத்தச் சொல்லுதது?

அவன்

அவளுக்கு டாக்டர்களும், ஆஸ்பத்திரிகளும் பெருகிப் போனது பெரிசாத் தெரியுது. யாராவது, எப்பமாவது இப்படி பிளாஸ்டிக் பாட்டல்கள்ள விக்கிற தண்ணிய வாங்கிக் குடிப்போம்னு நெனச்சுப் பாத்திருப்போமா? குடிக்கிற தண்ணிய வாட்டர் கேன்ல வாங்கிக் குடிக்கிற காலம் ஒண்ணு வரும்னு யாராவது நெனைச்சிருப்பாங்களா? எல்லாம் தோசையப் பொரட்டின மாதிரி தலைகீழால்ல மாறிப் போச்சு. கோகோ கோலா கம்பெனிக்காரன் தாமிரபரணி ஆத்துத் தண்ணிய உறிஞ்சி பேக்டரிக்கு இழுத்துட்டுப் போறான். ஸ்ரீவைகுண்டம் ஆத்துத் தண்ணி கால்வாய் வழியா தூத்துக்குடி ஸ்பிக் கம்பெனிக்கிப் போகுதுன்னு சொல்றாங்க. தண்ணி குடிக்கிறதுக்கும், வெவசாயத்துக்கும்னு இருந்தது போக, இப்பம் தொழிற்சாலைகளுக்கும் போவுது.

தொழில் வளர்ச்சி, உலகமயமாக்கல்னு என்னென்னவோ சொல்லுதாங்க. இதைச் சில பேரு எதிர்த்தெல்லாம் பார்த்தாங்க. ஒண்ணும் நடக்கலை. சுற்றுச்சூழல் பாதிப்புனு சில பேரு இன்னைக்கியும் சொல்லிக்கிட்டுதான் இருக்காங்க. இப்போ கவர்மெண்டே சுற்றுச்சூழல் துறையைத் தொடங்கி நடத்துது. போலீஸ்காரங்க அடிச்சா, லாக்–அப் சாவுகள் நடந்தா அப்போல்லாம் மனித உரிமைக் கழகக்காரங்கதான் சத்தம் போடுவாங்க. அந்த மனித உரிமை மீறலை விசாரிக்க இப்போ கவர்மெண்டே தனித் துறையை ஏற்படுத்தி

வெசாரிக்குது, தண்டனை எல்லாம்கூடக் குடுக்குது. இது எல்லாம் நல்ல வெசயங்கள்தான். இல்லைன்னு சொல்ல முடியாது. சித்தப்பாவுக்குக் கருங்கொளத்துல 1960ல கல்யாணம் நடந்துச்சு. சித்தப்பா வேல பார்த்தது ஸ்ரீவைகுண்டத்துல. இப்போ இதைத் திருவைகுண்டம்னு சொல்றாங்க. 'ஸ்ரீ' எல்லாம் வடமொழின்னு தமிழ்ப்படுத்திட்டாங்க. ஸ்ரீரங்கத்தை, திருவரங்கம்னு சொல்றாங்க. 'ஸ்ரீ', 'ஸ' இதெல்லாம் கூடாதுன்னு அரசியல் கட்சிக்காரங்க சொல்றாங்க. சமஸ்கிருத எழுத்துகள் வேண்டாம்ங்கிறது நல்ல விஷயம்தான். ஆனா காலங்காலமா ஜனங்க சொல்லிக்கிட்டு இருக்கிற ஊர்ப் பேருகளை மாத்துறது என்ன ஞாயம்னு தெரியலை. பஸ்ஸை, பேருந்துன்னு தமிழ்ப்படுத்தினாங்க. ஆனால் இந்த 2024–ல எத்தனை பேரு பேருந்துன்னு சொல்றாங்க?

சித்தப்பாவுக்குப் பொண் எடுத்த ஊரு திருநவேலி. கருங்குளத்துல இருந்து திருநவேலிக்கு எப்பமாவது ஒரு பஸ்ஸு திருச்செந்தூர்ல இருந்தோ, ஆத்தூர்ல இருந்தோ போகும். அந்தக் காலத்துல 'ஸ்டேண்டிங்' எல்லாம் கிடையாது. கருங்குளத்தில இறக்கம் இல்லைன்னா நிறுத்தாமலே போயிருவான். ஒரு சீட் எறங்குனா ஒரு சீட்தான் ஏத்துவான். இதே மாதிரிதான் திருச்செந்தூர் பக்கமாகப் போறதுக்கும்.

சித்தப்பா கல்யாணம் முடிஞ்ச மறுநாளு மறுவீடு போறதுக்காகப் பொண்ணு, மாப்பிள்ளைன்னு ஒரு பத்துப் பன்னிரண்டு பேரு திருநவேலி போக மெயின் ரோட்டுக்கு வந்தோம். ஒரு பஸ்கூட நிற்கலை. நிப்பாட்டுன பஸ்ஸுலயும் ஒரு ஆள், ரெண்டு ஆளுதான் ஏற முடிஞ்சிது. இத்தனை பேரும் சேர்ந்தாப்புல ஏற முடியலை. மத்தியானம் சாப்பிட்டுட்டு ஒரு மணிக்கி பஸ் ஏற வந்தவங்க சாயந்தரம் அஞ்சு மணிக்கு மேல ஆகியும் பஸ் ஏற முடியலை. எடமில்லை. எல்லாரும் வீட்டுக்கே திரும்பிப் போயிட்டோம். எல்லா ஊர்லயும் இதுதான் நெலைமை. பஸ் போக்குவரத்து ரொம்ப மோசம். இப்போ எல்லாம் தலைகீழாயிட்டுது. கருங்குளம் ரூட்டிலே அஞ்சு நிமிஷத்துக்கு ஒரு திருச்செந்தூர் பஸ் போவுது. திருநவேலியில இருந்து கருங்கொளத்துக்கே டவுன் பஸ் ஓடுது. சந்து பொந்தெல்லாம் டவுன் பஸ், மினி பஸ்ஸுன்னு ஓடுது. இதெல்லாம் நல்லதுதான்.

முன்னே முப்பது நாப்பது வருஷத்துக்கு முந்தி பால் கெடைக்காது. பாலுக்கு ரொம்ப டிமாண்ட். இப்போ பலசரக்குக் கடை, பெட்டிக் கடைகள்ள எல்லாம் பால் பாக்கெட் சீரழியுது. திருநவேலியில இருந்து கார்டு போட்டா கருங்கொளத்துக்கு அதுவந்து சேர ரெண்டு மூணு நாள் ஆவும். எவ்வளவு முக்கியமான சேதியா இருந்தாலும் தகவல் போய்ச் சேரதுக்கு

நேரமாகும். தந்திகூட லேட்டாகும். ஆனா இப்போ எல்லார் கையிலயும் செல்போன் இருக்கு. அமெரிக்காவிலே இருந்து செல்போனிலே பேசலாம். இங்கே இருந்து அங்கே பேசலாம். கை சொடக்குகிற நேரத்திலே இணைப்பு கெடைச்சிருது. ப்ளே ஸ்டோர்லே என்னென்ன ஆப்களோ இருக்கு. டாக்ஸி, ஆட்டோ, ரயில் டிக்கெட், ப்ளைன் டிக்கெட்கூடப் போன்லே இருந்து புக் பண்ணலாம். பேங்குல இருக்கிற பணத்த இன்னொருத்தருக்கு வீட்டிலே இருந்தே ட்ரான்ஸ்பர் பண்ணலாம். கூகுள்ளே தேடினா கிடைக்காத விஷயமே இல்லை. உலகமே செல்போனுக்குள்ளே வந்துட்டுது. அசுர வளர்ச்சி.

சாந்தி, அவள மாதிரி எனக்குக் கடவுள் பக்தி இல்லைன்னு ரொம்ப வருத்தப்படுதா. ரெண்டு பேரும் எல்லா விஷயத்திலேயும் ஒத்த மனசோட இருக்கணும்னு நெனைக்கிறா. இது எப்பிடி நடக்கும்? சாப்பாட்டிலே இருந்து எல்லாமே ஆளுக்கு ஆள், மனுஷனுக்கு மனுஷன் வித்தியாசப்படுகிறதுதான உலக இயற்கை. இந்த விதியை யாராவது மீற முடியுமா? பன்முகத்தன்மை இல்லாமல் பிரபஞ்சமே இல்லையே. நான் அவளுடைய எந்த ரசனையிலும் குறுக்கிட்டது இல்லை. வித்தியாசமான சினிமாக்களை அவளுக்கு அறிமுகப்படுத்திப் பார்த்தேன். இலக்கியப் புஸ்தகங்களை வாசிக்கச் சொன்னேன். இது தப்புதான். அவளை என் பக்கம் இழுத்து அவளை மாத்தணும்னு நெனைச்சு இப்படிச் செய்யலே. ஒரு வித்தியாச மான உலகத்தை அவளும் தெரிஞ்சுக்கிடட்டுமேன்னுதான் பார்த்தேன்.

அவளாலே இதையெல்லாம் ரசிக்க முடியவில்லை. நான் திருநவேலியிலே இருந்தப்போ படிச்ச புஸ்தகங்கள், பார்த்த சினிமாப் படங்களை இப்போ படிக்கவோ, பார்க்கவோ முடியலை. ரொம்ப நகர்ந்து, வெகுதூரத்துக்கு வந்துட்டேன். சீரியஸான சினிமா, நாடகம், இலக்கியம் எல்லாம் வறட்டுத்தனத்துலதான் இப்போ என்னைக் கொண்டு விட்டுருக்குது. எல்லா விஷயங்களையும் யாந்திரீகமா மனசு பார்க்குது. திருநவேலியிலே, உலகத்தை ரொம்பப் புரிஞ்சுக் கிடாமல் இருந்த காலம்தான், அந்த மனநிலை தான் பச்சையான, பசுமையான மனநிலைன்னு தோணுது. நல்ல வேளையா சாந்தி மனசளவிலே ரொம்ப வறண்டு போகாமே தப்பிச்சிட்டா. என் பின்னாடி, என் ரசனை பின்னாடி வந்திருந்தா அவளும் என்னை மாதிரி மனசெல்லாம் வறண்டுபோய், முட்டுச் சந்துல வந்து நிக்கிற மாதிரிதான் ஆகியிருப்பா.

சாந்தி திருநவேலியிலே இருந்திருந்தா சந்தோஷமா இருந்திருப்பான்னுதான் தோணுது. அவளோட வேர்கள் மெட்ராஸுக்கு வந்து ரொம்ப மாறிடலை. அவளோட பேசிப் பழகினவங்க, சொந்தக்காரங்க அத்தனை பேரும் அங்கே இல்லை. சொந்தக்காரங்க ஒண்ணு ரெண்டு பேரு இருக்காங்க. அவளோட படிச்சவங்க யாரும் அங்க இருக்கிற மாதிரித் தெரியலை. இருந்தாலும் அவங்களும் அந்தக் காலத்து மனசோட அப்படியே இருப்பாங்கன்னு, பழகுவாங்கன்னு சொல்ல முடியாது. ஊரே மாறியிருக்கும்போது மனுஷாள்களோட மனசு மாறாமல் இருக்குமா?

குறுக்குத்துறை ஆறு இருக்கு. அந்த ஆத்துல 1954–55லே அவ்வளவு கூட்டம் ஆத்துக்குக் குளிக்க வரும். திருப்பணி முக்கிலே இருந்து குறுக்குத்துறை ரோட்டிலே குளிக்கப் போறவங்களும், குளிச்சிட்டுத் திரும்புகிறவங்களுமா இருக்கும். படித்தொறைகளிலே துணி தொவைக்க எடம் கெடைக்காது. ஆத்துக்குள்ளே ஒரே சோப்பு வாசனையும், மஞ்சளோட வாசனையுமா இருக்கும். குறுக்குத்துறை ரோட்டிலே குளிச்சிட்டுப் போகிற பெண்கள் பக்கத்திலே நடந்து போனா மஞ்சளோட மணம் மூக்கிலே ஏறும். இப்போ அந்தக் கூட்டமெல்லாம் எங்கே போச்சுன்னே. தெரியலை. இப்போ வெத்தல பாக்கு வச்சு அழைச்சாக்கூட யாரும் ஆத்துக்குக் குளிக்க வர மாட்டாங்க. அதுதான் அப்பிடி ஆயிப் போச்சுன்னா, நெல்லையப்பர் கோயில் திருவிழா, தேர் இழுக்கிறது எல்லாம் என்ன ஆச்சு?

தேரை ஒரே நாளிலே, ரெண்டு, மூணு மணிநேரத்திலேகூட இழுத்து முடிச்சிருதாங்களாம். 50, 60–கள்லே தேரோட்டம் ஒரு வாரம், பத்து நாள்னு நடக்கும். ரொம்ப மெல்லத்தான் தேர் இஞ்ச் இஞ்ச்சா நகரும். தேரு ரதவீதியிலே தெருவை அடச்சு நிக்கிறதைப் பார்க்கவே சந்தோஷமா இருக்கும். தினசரி சாயந்திரம்தான் வடம் புடிச்சு இழுப்பாங்க. ஒரு ரெண்டு மணி நேரம் இழுத்தாலே அதிகம். தேர் நெலைக்கிப் போகிறவரை அந்த எட்டு நாள், பத்து நாளும் ஊரே கொண்டாட்டத்திலே முங்கிக் கெடக்கும். அதெல்லாம் போச்சு. அந்தச் சாவகாசம் எல்லாம் போச்சு. அவசரஅவசரமா இப்போ இழுத்து விட்டுருதாங்க. திருவிழாவை, கொண்டாட்டத்தை அவசரஅவசரமா நடத்தி முடிக்க முடியுமா?

நெல்லையப்பர் கோயிலுக்குள்ளேயே, எங்க அம்மா சொல்றாப்பிலே, 'அருள் இல்லை'. கோயிலே இருண்டு கெடக்கிற மாதிரி இருக்கு. சாயந்திரம்கூட ஆட்கள் அதிகமா வருகிற தில்லை. நான் சின்னப் பையனா இருக்கிறப்போ காலையிலதான்

ஆள் நடமாட்டம் கொஞ்சமா இருக்கும். சாயந்தரம் கோயில் கலகலன்னு இருக்கும். திருவிழா நாட்கள்ளேன்னு இல்லை. சாராரண நாட்களிலேயே கூட்டமா இருக்கும்.

வருஷா வருஷம் கீழ ரதவீதியிலே, நாயுடு டாக்டர் ஆஸ்பத்திரி முன்னாலே ராமலிங்க சுவாமிகள் குருபூஜை விழா பத்து நாள் நடக்கும். தினசரி கச்சேரிகள் நடக்கும். அதெல்லாம் இப்போ நடக்குதான்னு தெரியலை. பார்வதி டாக்கீஸைக் கல்யாண மண்டபமாக்கிட்டாங்களாம். ராயல் டாக்கீஸை இடிச்சாச்சு. சென்ட்ரல் டாக்கீஸ் பூட்டிக் கெடக்கு. பாலஸ்.டி.வேல்ஸ் பாழடைஞ்சு கெடக்கு. பாப்புலர் டாக்கீஸை கணேஷ் டாக்கீஸ்னு மாத்தி நடக்குது. ரத்னாவும் அதுவும்தான் இருக்குது. ஊரோட அடையாளமே மாறிட்டுது. ஏதோ சில வீடுகள் பழைய மாதிரி இருக்குது. மற்றபடி நானும் சாந்தியும் பார்த்த அந்த ஊர் இப்போ இல்லை. எல்லாம் மாறுகிற மாதிரி ஊரும் மாறிப் போச்சு. ஆனா நம்ம மனசிலே இருக்கிற அந்த ஊர் அப்பிடியே இருக்குது. மனசால வாழ முடியுமா?

அவள்

சம்பந்த மூர்த்தி கோயில் தெருவை இப்போ வேம்படித்தெருன்னு சொல்லுதாங்க. 1950, 60 – களிலே அந்தத் தெருவுல காரைக்கிட்டாப் பிள்ளைமார்தான்(கார் கார்த்தார்) குடியிருந்தாங்க. ஒரு ஏழெட்டு வீடு பிள்ளைமார் வீடும் உண்டு. பொதுவா காரைக்கிட்டாப் பிள்ளைமார் எல்லாருமே நல்ல வசதியானவங்க. வெங்கு அண்ணன் காரைக்கிட்டார்தான். ஆனா அவங்க குடும்பம், கொஞ்சம் கஷ்டப்பட்ட குடும்பம். அப்பா இல்ல. அம்மாவும், அண்ணனும் உண்டு. முருகன் பிரஸ்காரங்க வீட்டுக்கு அடுத்த வீடுதான் வெங்கு அண்ணன் வீடு. பெரிய வீட்டு ராஜாப் பிள்ளை பெரிய பணக்காரர். கழுத்தைச் சுத்திச் சிட்டித் துண்டைப் போர்த்துக்கிட்டுத் தெரு வாசல்ல நிப்பாரு. அவங்களுக்குப் பெரிய வில் வண்டி உண்டு. அவங்க வீட்டை ஒட்டித்தான் வண்டிக்காடினா. அந்தக் காடினாவிலேயே ரெண்டு மூணு குடும்பம் இருக்கலாம். அவ்வளவு பெருசு.

தெருவுல இன்னொரு ராஜாப் பிள்ளையும் உண்டு. அது சுதந்திரச் சங்கத்து ராஜாப் பிள்ளை. நாங்க அவுஹள மாமான்னு கூப்புடுவோம். அந்த வீட்டு அத்தை எங்களையெல்லாம் கூப்புட்டு நெய்விளங்கா குடுப்பா. ரொம்ப ருசியா இருக்கும். கனகாச்சி வீட்டிலே தெனசரி முறுக்குச் சுத்துவாங்க. ராசத்து அத்தை வீட்டிலே அப்பளம் போடுவாங்க. கனகாச்சி வீட்டிலே அம்மா போயி முறுக்குச் சுத்துவா. கனகாச்சிதான் முறுக்கைச் சுட்டு எடுப்பா.

அம்மாகூட பாக்கியத்து சித்தி, ரஞ்சிதத்து அக்காவெல்லாம் முறுக்குச் சுத்துவாங்க. பெரிய சொளகுகளைக் கவுத்தி மேலே துணியைப் போட்டு அது மேலதான் சுத்துவாங்க. எப்பம் போனாலும் கனகாச்சி, பாதி வெந்த முறுக்கை எடுத்துத் தருவா.

கனகாச்சி வீட்டுக்குப் பின்னாலே வாய்க்கால். கனகாச்சி வீட்டுக்குப் போற வழியிலேதான் அந்த முடுக்குல கிணிமணி ஆச்சி வீடு. கிணிமணி ஆச்சி சேர்மன் கொண்டாடி. ஆடி, தை அம்மாவாசைக்கி ஏரல் கோயிலுக்கும் போவா. கோயிலுக்குப் போறதுக்காக வசனம் இருப்பா. எந்த நேரமும் காவிச் சேலதான் உடுத்துவா. ராத்திரிகூட நெத்தியிலே விபூதியும், பெரிசா குங்குமப் பொட்டும் வச்சிருப்பா. வடக்கே அடி பம்புக்கு அப்புறம் கக்யாளக் குடி (கைக்கோளர்) வந்துரும். காலையிலே மொட்டையன் கோயில்வரைக்கும் கக்யாளங்க ஆணும் பொண்ணுமா பாவு ஆத்துவாங்க. அந்தத் தெருவுல நடந்தா புது நூல் வாசனையும், கஞ்சி வாசனையும் அடிக்கும். மொட்டையன் கோயில்ல வருஷா வருஷம் தீக்குழி இறங்குவாங்க. காலையிலே இருந்தே நிறைய வெறகுகளைப் போட்டு எரிப்பாங்க. கங்கு கணகணன்னு இருக்கும் பிறகு அதை நீளமாப் பரத்தி விடுவாங்க. தெருவோரத்து வீட்டுச் சொவர்களெல்லாம் சுட்டுக் கெடக்கும். அவ்வளவு வெக்கை. நானும் சின்ன ஆயான் வீட்டுத் தங்கத்தக்காவும் வேடிக்கைப் பார்க்கப் போவோம். தெருப் பூரா சின்னச் சின்ன வேப்பங்கொழைகளைக் கயித்துல முடிச்சுப் போட்டு, நீள நீளமா ஒரு கோடியில இருந்து அடுத்த கோடிக்கிக் கட்டியிருப்பாங்க.

மொட்டையன் கோயில் தெரு, நடுத்தெரு, பெரிய தெரு மூணு தெருவும் கக்யாளக் குடித் தெருக்கள்தான். அந்தத் தெருக்கள்ள நடந்து போனா தறிச் சத்தம் கேட்டுக்கிட்டே இருக்கும். பெரிய தெரு கடைசியிலே பூமி விலாஸ் காபித்தூள் கடை பெரிசா இருக்கும். வார்டு எலெக்ஷன்ல பூமி விலாஸ்காரர் நிப்பாரு. அவரை எதிர்த்து தடிவீரங் கோயில் தெரு சுப்பையா மூப்பனார் நின்னாரு. ரவியோட அப்பா, எங்க அண்ணன் எல்லாம் ராத்திரி தெருத் தெருவா சேவல் சின்னத்துக்கே எங்கள் ஓட்டுன்னு பையன்களைச் சேத்துக்கிட்டுக் கத்திக்கிட்டுப் போவாங்க. ஒரு நா அப்பா, அண்ணன் ஊர்வலமாக் கத்திக்கிட்டுப் போறதைப் பார்த்து, காதைப் பிடிச்சுத் திருகி, வீட்டுக்கு இழுத்து வந்துட்டா. நல்ல அடி அவனுக்கு.

காப் பரிச்சை, அரைப் பரிச்சை லீவுல எல்லாம் நானும் அண்ணனும் வீரவ நல்லூருக்கு மாமா வீட்டுக்குப் போவோம். மணி மாமா வீட்டு அத்தை ரொம்பப் பிரியமா இருப்பா.

ராத்திரி தூங்கும்போது அரக்கங் கதை எல்லாம் சொல்லுவா அத்தை. சாயந்திரம் சம்பா அரிசி அவல்ல பாலும் சீனியும் போட்டு அத்தை தருவா. ரொம்ப ருசியா இருக்கும். மாமாக்கு வீரவநல்லூர் மில்லுல வேல. மில்லுக்குப் போக மாமா சைக்கிள் வச்சிருந்தா. அந்தச் சைக்கிள்ல என்னையும் அண்ணனையும் உக்கார வச்சு ஆத்துக்கு, காந்திமதி டாக்கீஸுக்கெல்லாம் மாமா கூட்டிட்டுப் போவா. காந்திமதி டாக்கீஸு முறுக்கு ரொம்ப நல்லா இருக்கும். பள்ளிக்கூடம் தொறக்கிறதுக்கு ரெண்டு நாள் இருக்கும்போது என்னையும், அண்ணனையும் மாமா திருநவேலியில கொண்டுவந்து விட்ருவா. ரெண்டு மூணு நாளைக்கி மனசுக்குக் கஷ்டமா இருக்கும். வீரவநல்லூர் ஞாபகம் திரும்பத்திரும்ப வந்துக்கிட்டே இருக்கும். பள்ளிக்கூடம் தொறந்த அன்னைக்கே பரிச்சப் பேப்பர் எல்லாம் தந்திருவாங்க. ஒவ்வொரு பீரியட் ஆரம்பிக்கும்போதும் பக்குபக்குன்னு இருக்கும். மார்க் கொறைஞ்சா சார்வா பெரம்பால அடிப்பாரு. நான் விஞ்ஞானத்துலயும், தமிழ்லயும்தான் பெயிலாவேன். அண்ணன் எல்லாப் பாடத்துலயும் பெயிலாயிருவான். ஒரு வாரத்துல புராக்ரஸ் ரிப்போர்ட் வந்துரும். பெயிலான பாடத்து மார்க்குக்குக் கீழே செவப்பு மையால கோடு போட்டிருக்கும். அப்பாட்ட கையெழுத்து வாங்கணுமே. வெள்ளந்தாங்கிப் பிள்ளையார் கோயில் தெரு மகராசன், அவன் அப்பா கையெழுத்தை அவனே போட்டு சார்வா கிட்ட மாட்டிக் கிட்டான். ஹெட்மாஸ்டர் அவனை ப்ரேயர்ல கூப்புட்டு அடிச்சாரு. ரொம்பப் பாவமா இருந்துச்சு. மகராசன் பள்ளிக்கூடத்துக் கொடுக்காப்புளி மரத்துல ஏறி, கொடுக்காப்புளி எல்லாம் பறிச்சுப் போடுவான். நான் நெறையத் தின்னுருக்கேன். கொடுக்காப்புளி சாப்பிட்டா வாயெல்லாம் ஒரு மாதிரி வறுவறுன்னு இருக்கும். பல்லெல்லாம் ஊதாக்கறை படிஞ்சிரும். அம்மா சத்தம் போடுவா.

பள்ளிக்கூட வாசல்ல ஐஸ் விக்கும். ஒரு ஐஸ் காலணா. பால் ஐஸ்ன்னா ஒன்னரையணா. சேமியா ஐஸும் அதே வெலைதான். செவப்பு ஐஸ் சாப்பிட்டா நாக்கெல்லாம் செவப்பாயிரும். பச்சை ஐஸ் சாப்புட்டாப் பச்சையாயிரும். அப்பாட்ட எதையும் வேணும்னு கேக்க முடியாது. சத்தம் போடுவா. அம்மாவ நச்சரிச்சா என்னைக்காவது காலணா தருவா. பெரிய ஆயான் வீட்டுப் பவானி தெனசரி, ஒண்ணுக்கு விடும்போது ஐஸ் வாங்கிச் சாப்புடுவா. அதுவும் பால் ஐஸ், சேமியா ஐஸ்ன்னு சாப்புடுவா. அவளுக்கென்ன பணக்காரி. கலர் கலரா ஐஸைக் கேன்ல இருந்து எடுத்துக் குடுத்து ஐஸ்காரர் கை வெரலெல்லாம் செவப்பா இருக்கும்.

நவராத்திரிக்கி எங்க தெருவுல நெறைய வீட்டுல கொலு வப்பாங்க. பெரிய வீட்டுக் கொலுல, நெல்லையப்பர் கோயில்ல இருக்கிற உள்தெப்பம் மாதிரியே செஞ்சு வச்சிருப்பாங்க. மைய மண்டபத்தைச் சுத்தி தண்ணியெல்லாம் நிக்கிற மாதிரி செஞ்சிருப்பாங்க. கொலு சமயத்துல, “வெளக்குப் பொருத்துனா படிக்க உக்காருங்க”ன்னு அம்மா நச்சரிக்க மாட்டா. கொலுப் பாக்க அனுப்பிச்சிருவா. அம்மாவே செல வீட்டுக் கொலுக் களுக்கு வருவா. இங்க மெட்ராஸ்ல கொலு வைக்கணும்னு எனக்கு ஆசைதான். இளையராஜா வீட்டுக் கொலு ரொம்ப நல்லா இருக்கும்னு *மங்கை* பத்திரிகையிலே போட்டிருந்தாங்க. அவரு சம்சாரம் இறந்து போன பெறவு அவர் வீட்டுல கொலு எல்லாம் வைக்கிறாங்களோ என்னவோ? அந்தக் காலத்துல நடிகை சாவித்திரி வீட்டுக் கொலு ரொம்பத் தடபுடலா இருக்குமாம். சொல்வாங்க. அடுத்த வருசமாவது கொலு வைக்கணும்னு நெனைச்சிருக்கேன். அத்தைக்கு கொலு வைக்கிறதுல இஷ்டம்தான். ஆனா கீதா, “அதெல்லாம் எதுக்கும்மா”ன்னு சொல்லுதா. கீதாவோட அப்பா ஒண்ணும் சொல்ல மாட்டாங்க. “ஏதோ பண்ணிக்கோ”ன்னு சொல்லிருவாங்க. அவங்களைத் தொந்தரவு பண்ணாம இருந்தாச் சரி.

திருநவேலியில எங்க தெருவுல இப்பம் கொலு எல்லாம் முன்னைப்போல வைக்கிறாங்களோ என்னம்போ. தசரா பத்து நாளும் அம்மங்கோயில்களெல்லாம் ஜெகஜோதியா இருக்கும். நெல்லையப்பர் கோயில்ல கூட்டமா இருக்கும். ஊரே கோலாகலமா இருக்கும். திருநவேலி, பாளையங்கோட்டையில எல்லாம் பத்தாம் தசராவுக்குச் சப்பரம் பொறப்படுத மாதிரி இங்க மெட்ராஸ்ல சப்பரமெல்லாம் பொறப்படுதது இல்ல. இங்க அம்மங்கோயில்கள்ல ஆடி மாசம், கூழ் ஊத்துறதுன்னு சொல்லி கொண்டாடுதாங்க. அது என்ன கூழோ? திருநவேலியிலே ராஜராஜேஸ்வரி, திரிபுர சுந்தரி, முத்தாரம்மன், முப்பிடாதி அம்மன், புட்டாரத்தி அம்மன்னு பேரு இருக்கும். இங்க துலுக்காணத்தம்மன், தீப்பாஞ்ச அம்மன், ரேணுகா, முப்பாத்த அம்மன், கன்னிகா பரமேஸ்வரின்னு அம்மன்களுக்குப் பேரு. அம்மன் பேரே ரொம்ப வித்தியாசமா இருக்கு. திரௌபதை அம்மன்கள் இந்தப் பக்கத்திலே ஜாஸ்தி. தெருவுக்கு ஒரு கருமாரி அம்மன், பெரிய பாளையத்து அம்மனாவது இருக்கும்.

இங்க ஹோட்டல்கள்ளே வடகறின்னு ஒண்ணு போடுதாங்க. திருநவேலியிலே முந்தின நாள் மீந்துபோன வடைகளைச் சாம்பார், ரசத்திலே போட்டு சாம்பார் வடை, ரசவடைன்னு விக்கிற மாதிரி, இங்கே பழைய வடைகளை

எல்லாம் வடகறியா ஆக்கிருதாங்க. ஹோட்டல்ல எதை எடுத்தாலும் தக்காளியப் போடுதாங்க. பொரியல்ல யாராவது தக்காளியப் போடுவாங்களா? புளியோதரை, புளியஞ்சாதத்துல வேர்க்கடலையைப் போயி சேர்க்கிறாங்களே. இதெல்லாம் இப்போ ஒரு பதினைஞ்சு, இருவது வருஷத்துல ஆரம்பிச்சதுதான். பாப்புலர் அப்பளம், அம்பிகா அப்பளம்னு எல்லாரும் வாங்கிட்டுப் போறாங்க. ருசி, மணம் எதுவுமே இல்லாமே மண்ணு மாதிரி இருக்கு. ராசத்து அத்தை வீட்டு அப்பளம் எவ்வளவு ருசியா இருக்கும். நல்லா பொரியும். கல்லடைக் குறிச்சி அப்பளமே முன்ன மாதிரி இப்போ இல்லைங்கிறாங்க. ஆனா அந்தப் பேருல அப்பளம் வியாபாரம் ஆகிக்கிட்டு இருக்கு.

எல்லாரும் வெளியில ஓட்டல்ல போயிச் சாப்புடணும்னு நெனைக்கிறாங்க. லீவு விட்டுறக் கூடாது. ஒடனே ஓட்டல்தான். இவுக அப்பாவும் பிள்ளைகளை ஓட்டலுக்குக் கூட்டிட்டுப் போயிப் பழக்கப்படுத்தில்லா வச்சிருக்காக. ஓட்டல்ல போயி தோசை, இட்லியா சாப்புடுதாக. ‘ருமானி’ங்காக, ‘நான்’ங்கிறாக. ‘பன்னீர் பட்டர் நான்’னு சொல்லுதாங்க. எல்லாத்துலயும் ஒரு மசாலாவைப் போடுதான். அந்த வாசனையே எனக்கெல் லாம் கொமட்டிக்கிட்டு வருது. மாமா, அத்தைக்கெல்லாம் ஓட்டல்ல சாப்புடுதது புடிக்கோ, என்னம்போ? ஆனா அவுகளையும் சேத்துல்லா இழுத்துக்கிட்டுப் போறாக. ‘மத்சயா’ன்னு ஒரு ஓட்டலுக்குக் கூட்டிட்டுப் போனாக. வாயில வக்ய முடியல. ஆனா பெரிய கூட்டம் அங்க. அண்ணாநகர்ல ‘லிட்டில் இத்தாலி’ன்னு ஒரு ஓட்டல். வெண்ணெய்யில என்னென்னமோ செஞ்சு கொண்டாரான். பெறவு இந்தப் பன்னீர், பன்னீர்ன்னு அது ஒரு பக்கம். இப்பம் யாரைப் பாத்தாலும் பேலியோ, பேலியோன்னு சொல்லி வயித்தைக் காயல்லா போடுதாங்க. வாய்க்கு ருசியா கத்தரிக்காத் தொவையல், காணப் பருப்புத் தொவையல், பொரிகடலைத் தொவையல்னு எத்தனை தொவையல் இருக்கு. ஒரு புளித்தண்ணி யும், பொரிகடலைத் தொவையலும் வச்சுச் சாப்புட்டா அமிருதமா இருக்குமே. என்ன பன்னீரோ, என்ன சீஸ்ஸோ?

சமயத்துல இந்த மாதிரிப் பழச எல்லாம் நெனச்சு என்ன ஆவப் போவுதுன்னு தோணுது. ஆனா மனசுங்கிறது சதா சர்வ காலமும் எதையாவது நெனச்சுக்கிட்டேதான இருக்குது? கை, வேலை செஞ்சாலும், மனசு தம் போக்குல எதையெதையோ நெனச்சுக்கிட்டுத்தான் இருக்குது. தூக்கத்துலகூட என்னென்ன சொப்பனமெல்லாமோ வருது. மாறாந்தைப் பிள்ள மாமா வீட்டுக் கோமா அக்கா, பறக்கிற மாதிரி சொப்பனமெல்லாம் வருதும்பா. எனக்கும் அந்த மாதிரிச் சொப்பனம் வந்திருக்கு.

செத்துப்போன அம்மாச்சி, மூக்காண்டி மாமா, கோமதி அத்தைன்னு சொப்பனத்துல ஒரே ஆட்களாத்தான் வாராங்க. இருக்கிறவங்க, செத்துப் போனவங்க எல்லாரும் வாராங்க. செல நேரம் ஒரே வெள்ளமாப் போவுது, வெள்ளத்துல மாட்டிக்கிட்ட மாதிரியெல்லாம் பயமா இருக்கு.

ரவியோட அப்பா 'ஞாபகங்கள்தான் மனுஷன்'னு சொல்லுதாங்க. பள்ளிக்கூடத்துல, காலேஜிலே படிச்சது எல்லாமே ஞாபகமாயிருதுன்னு சொல்லுதாங்க. எல்லாம் மூளைக்குள்ள போயி உக்காந்திருக்கு. வாசனை, நெறம், காது வழியாக் கேட்டது எல்லாம் மூளைக்குள்ள போயிருதாம்ல. எல்லாம் ஞாபகமா ஆயிருதாம். மாயமால்ல இருக்கு. அவுக மனசுங்கிறதே மூளைதான்னு சொல்லுதாக. மூளை பண்ணுத வேலையாம். அதோட கோடிக்கணக்கான செல்லுகள்ள போயிச் சேகரம் ஆயிருக்கிறதைத்தான் அறிவுன்னும், மனசுன்னும் சொல்லுதோமாம். அத்தனையும் அப்பிடி எங்கன போயித்தான் குமிஞ்சு கெடக்குமோ? எல்லாம் கடவுளோட வேல. ஆனா, இவுகதான் கடவுள நம்புதாகளா, நம்பலியான்னே தெரியலியே. ஒரு நல்ல நாள், கெட்ட நாள் எதுவும் அவுகளுக்குக் கெடையாது. அவுகளப் பாத்து இந்தப் பிள்ளைகளும்லா படிச்சிருக்கு. கீதாவாவது, வெளக்கப் பொருத்தச் சொன்னா எப்பமாவது சரின்னு பொருத்துவா. ஆனா இந்த ரவி கையெடுத்தே கும்புட மாட்டான். மனுசன்னா ஒரு கடவுள் பயம், பக்தி வேண்டாம்? எல்லாம் தன் மூப்பால்ல அலையிது. ரவி சொல்லுதான் 'தட்டுல பத்து ரூவா போட்டா அய்யரு ஒரு துண்டு பூ தாராரு. ஒண்ணும் போடலைன்னா வெறும் திருநீறைத்தான் போடுதாரு. கோயில்ல சாமியப் பாக்கதுக்குன்னு டிக்கெட் போட்டு விக்கான்... இதெல்லாத்தையும் அந்தச் சாமி பாத்துக்கிட்டுத்தான இருக்கு?'ன்னு கேக்கான். நமக்கே, இதுக எல்லாம் கேக்கிற கேள்விகளப் பாத்துப் புத்தி மழுங்கிருது. என்னத்தச் சொல்ல? அதுக சொல்லுதாப்பலதான ஊரு ஒலகத்துல நடக்குது. சாமி கும்புட டிக்கெட் போட்டு விக்கத்தான செய்யுதாங்க?

அவன்

‘கடவுள்’ என்கிற வெறும் கருத்தை, ஆதியிலே இருந்தே, நம்ம நாட்டுல சிவபெருமான், விஷ்ணு, பிள்ளையார், துர்க்கை, அம்மன், முருகன், வள்ளி, தெய்வானை, பார்வதி, பரமசிவன், ராமன், சீதைன்னு என்னென்னவோ தெய்வங்களா ஆக்கி, அவங்க கிட்டே என்னென்னம்போ வேண்டுதல் எல்லாம் பண்ணிக்கிட்டு இருக்கி றாங்க. கிறிஸ்தவ மதத்துல இயேசு, மேரி மாதா, கர்த்தர்ன்னு கும்பிடுறாங்க. இஸ்லாத்துல அல்லா, நபிங்கிறாங்க. உலக வாழ்க்கையிலே என்னென்ன கஷ்டமெல்லாமோ, வியாதி, மனக் கஷ்டம், நிறைவேற வேண்டிய ஆசை, விருப்பம்னு ஆயிரக்கணக்குல இருக்கு. இதை எல்லாம் கடவுள்கிட்டே முறையிட்டா சரியாகிரும், நல்லது நடக்கும்னு நினைக்கிறாங்க. கடவுளை வழிபடப் பிரார்த்தனை, மந்திரம், சடங்குகள்னு நெறஞ்சு கிடக்குது. கோயில்களும், தேவாலயங்களும், பள்ளிவாசல்களுமாப் பெருத்துக் கிடக்கு. எல்லா இடத்திலேயும் பிரார்த்தனையோட முணுமுணுப்பு கேக்குது. பாவம் ஜனங்க. இதிலே செத்துப்போன பிறகு நற்கதி அடையணும், சொர்க்கத்துக்குப் போகணும்னு அதுக்காக வேற கடவுள்கிட்டே மல்லாடுகிறாங்க. இத்தனை பில்லியன் ஜனங்களோட ஆசையையும் அவரு எப்படி நிறைவேத்தி வைப்பாரு? அதனாலேதான் ‘மதம் ஒரு அபின்’னு கார்ல் மார்க்ஸ் சொன்னாரு போலிருக்கு.

இப்படிச் சொன்னா, தமிழ்நாட்டு வழக்கப்படி என்னை தி.க.காரன், கருப்புச் சட்டைக்காரன், பெரியார் கச்சிக்காரன்னு சொல்லிருவாங்க. ஆனா, 'சாமி கும்புடாதே'ன்னு சொன்ன பெரியாரையே தெருத்தெருவா செலையா நிக்கவச்சு, மாலை போட்டுக் கும்பிடுதாங்க. சிவன், பெருமாள், அம்மன், மேரி மாதா எல்லாரும் சிலையா இருக்கிற மாதிரி காந்தி, நேரு, பட்டேல், தமிழ்நாட்டிலே அண்ணாதுரை, காமராஜ், கருணாநிதின்னு, சமீபத்துல உசுரோட வாழ்ந்த ஆட்களை எல்லாம் செலையாக்கி, மாலை போட்டு வணங்குதாங்க. எல்லா நாட்டிலேயும் சிலைகள் இருக்கு. வாழ்ந்த மனிதர்களைச் செலையா செதுக்கி வச்சிருக்காங்க. ஆனா நம்ம ஊரிலேதான் உருவத்தை வழிபடுறோம். கை எடுத்துக் கும்பிடுகிறது, கை குலுக்குறது இதெல்லாம் மனிதப் பண்பாடா இருக்கு. இதிலேருந்துதான் கடவுள் சிலைகள் கிட்டே முறையிடுகிறது, அதைக் கும்பிடுகிறது எல்லாம் வந்திருக்கணும். இதெல்லாம் பண்பாட்டோட, கலாச்சாரத்தோட நீட்சி. அதன் வளர்ச்சி கடவுள் இல்லாமே இருக்க முடியாதுங்கிற மாதிரி, தலைவர்கள் இல்லாமலும் உலகத்தால் இருக்க முடியாதுன்னு தோணுது. ஆனா என்னாலே செலைகளைக் கும்பிட முடியலை. பழகினவங்கள் வீட்டுக்கு வந்தா வரவேற்றுக் கும்பிடுகிறதோட சரி.

சடங்கு, சம்பிரதாயம், பழக்கவழக்கம்னா எல்லாமே சடங்கு சம்பிரதாயம்தான். மதச் சடங்குகள் மட்டுமா இருக்கு? பகுத்தறிவுன்னு ஒரு பத்திரிகை ஆரம்பிச்சாங்க. ஒரு திராவிடக் கழகத் தலைவரைக் கூப்பிட்டு ஆரம்பிச்சு வச்சாங்க. இது சடங்கு தானே? சடங்குகள் இல்லாமல் வாழ்க்கையே இல்லை. சடங்கு, சம்பிரதாய மறுப்பாளர்களும் அவங்களுக்குன்னு ஒரு சடங்கை வச்சிருக்காங்க. என்னாலே சடங்கு, சம்பிரதாயம் இருக்கிற பக்கம் போக முடியலை.

நான் பழகுறது எல்லாம் எழுத்தாளர், கவிஞர்கள் வட்டம். இப்போ ஏகப்பட்ட பேர் கவிதைகள் எழுதுறாங்க. அதைப் புஸ்தகமாப் போட ஓரளவுக்கு எல்லார் கிட்டேயும் வசதியும் இருக்கு. ரொம்ப வசதி உள்ளவங்க தன்னோட கவிதை வெளியீட்டு விழாவை ஏகப்பட்ட பணத்தைச் செலவழிச்சு ரொம்பப் பெரிசா நடத்தறாங்க. லட்சக்கணக்கிலே செலவு பண்ணி விழா நடத்தறாங்க. ஒரு பொஸ்தகம், மிஞ்சிமிஞ்சிப் போனா ரெண்டு பொஸ்தகத்தோட அவங்க காணாமப் போயிருதாங்க. ரொம்ப வருசத்துக்கு முன்னாலே பால்ராஜ் கென்னடின்னு ஒருத்தர் டி.வி.யிலே, தூர்தர்ஷன்லேதான் வேலை பார்த்தாரு. அவர் கல்யாணத்துக்காக ஒரு பெரிய

வண்ணநிலவன்

தொகுப்பு வெளியிட்டார். கி. ராஜநாராயணன், வண்ணதாசன், கலாப்ரியா மாதிரி இலக்கிய வி.ஐ.பி.கள் கிட்டே எல்லாம் கதை, கவிதைகளை வாங்கிப் பொஸ்தகமாப் போட்டுத் தொகுப்பு கொண்டு வந்தார். அப்புறம் அவர் என்ன ஆனாருன்னே தெரியலை. *1974*–லே தலைஞாயிறு சுப்பிரமணியம்ன்னு ஒரு கவிஞர் ஞானக்கூத்தன், பாலகுமாரன், ஆத்மாநாம், பதி மாதிரி கவிஞர்கள் கிட்டே எல்லாம் கவிதைகளை வாங்கி, பெரிய தொகுப்புப் போட்டார். அவர் என்ன ஆனாருன்னே தெரியலை. வானம்பாடியிலே எழுதின அக்னிபுத்திரன், சக்திக் கனல் இவங்க எல்லாம் ஏன் பிறகு எழுதாமல் போனாங்கன்னு தெரியலை. பாண்டிச்சேரியிலே இருந்து மஹாபிரபு, ராஜரிஷி, நாகர்கோயில் பக்கமிருந்து குமரித் துறைவன், சித்தார்த்தன்னு எத்தனையோ பேர் கவிதை எழுத வந்து, பிறகு எழுதாமலே போயிட்டாங்க. எத்தனை சிறுபத்திரிகைகள் ஆரம்பிக்கப் பட்டுத், தொடர்ந்து வெளிவராமல் போயிருக்குது. நடிப்பு, ஒளிப்பதிவு, இயக்கம், தயாரிப்புன்னு சினிமாத் துறையிலே எத்தனைபேர் ஒன்றிரண்டு படங்கள் பண்ணிட்டுக் காணாமல் போயிருதாங்க.

எம்.ஜி.ஆரைப் போட்டா, அவரை 'புக்' பண்ணினதுமே படத்தோட ஏரியா எல்லாம் வித்துரும்னு சொல்வாங்க. ஆனா, அவர் நடிச்ச எத்தனையோ படங்கள் ஓடலை. 'ராணி சம்யுக்தா'. கடைசியிலே அவர் நடிச்ச 'நவரத்தினம்', 'மதுரையை மீட்ட சுந்தர பாண்டியன்' எல்லாம் பார்க்கச் சகிக்காது. ஸ்ரீதர், கே. பாலசந்தர், பாரதிராஜா, பாக்கியராஜ் எல்லாம் புகழ்பெற்ற டைரக்டர்கள்தான். ஆனா, இவங்களையும் சினிமா உலகம் ஒவ்வொரு காலத்திலே தூர ஒதுக்கி வச்சிட்டுது. இவங்க இயக்கின படங்களே ஓடாமல் போன காலம் ஒண்ணு வரத்தான் செஞ்சுது. பாக்கியராஜ், பாரதிராஜா, எல்லாம் இப்பமும் இருக்கிறாங்க. அவங்க இப்போ படத்தை இயக்கினா யாராவது பார்ப்பாங்களா?

'ட்ரெண்ட் மாறிட்டுது'ங்கிறாங்க. நெசந்தான். எல்லாத் துறையிலும் போக்கு மாறிக்கிட்டேதான் இருக்குது. ஒரு போக்கு, ஒரு ட்ரெண்ட் முடிஞ்சு, இன்னொரு ட்ரெண்ட் வருது. புதுப்புது மோஸ்தர் வருது. உணவு, உடை, கல்வி, சினிமா, அரசியல், ஆன்மீகம், எழுத்து, வீடு, குடும்பம்ன்னு உலகத்திலே உள்ள எல்லாத் துறைகளும் ஒரு பத்தாண்டு, இருபதாண்டு காலத்திலே மாறிப் போயிருது. மாற்றம் ஒன்றே மாற்றமில்லாதது.

திருநெல்வேலியிலே, எல்லா ஊர்களிலேயும் நடக்கிற மாதிரி எல்லா சினிமா தியேட்டர்களையும் இழுத்து

மூடிட்டாங்க. ஏதோ பேருக்கு ஒண்ணு ரெண்டு இருக்குது. அங்கேயும் அடுக்குமாடிக் குடியிருப்புகள், பல மாடிக் கட்டடங்கள் வந்துட்டுது. வயலாக இருந்ததெல்லாம் பெரியபெரிய கட்டடங்களா ஆயிட்டுது. எல்லாப் பெரிய நகரங்களையும் மாதிரி திருநெல்வேலியும் விரிஞ்சுக்கிட்டே போவுது. புதுப்புதுக் காலனிகள், நகர்கள்... அண்ணா தெரு, கலைஞர் தெரு, பெரியார் தெருக்கள், அம்பேத்கர் தெருக்கள். இருபது வருஷத்துக்கு முன்னே இவ்வளவு அம்பேத்கர் படங்களை அரசு அலுவலகங்களில் பார்க்க முடியாது. வீடுகள்ளேகூட காந்தி, நேரு, பட்டேல், மோதிலால் நேரு படங்கள்தான் 1950, 1960–க்களிலேகூட இருந்தன. இப்போ அந்த இடத்தை பெரியார், அண்ணா, கருணாநிதி படங்கள் பிடிச்சிட்டுது. கடைகளிலே பிரபாகரன் படமெல்லாம் மாட்டி வச்சிருக்காங்க.

அறுநூறுக்கு மேலே இஞ்ஜீனியரிங் காலேஜ்கள் தமிழ் நாட்டிலே இருக்குதாம். ஒவ்வொரு மாவட்டத்திலேயும் மெடிக்கல் காலேஜ் வந்துட்டுது. ஏகப்பட்ட பள்ளிக்கூடங்கள். இஞ்ஜீனியரிங் காலேஜ் நடத்துறது, பள்ளிக்கூடம் நடத்துறது நல்ல பிஸினஸா ஆகிப்போச்சு. வசதி இருந்தா மெடிக்கல் காலேஜ்கூட நடத்தலாம். இதெல்லாம் பிரமாதமான மாற்றம்தான்.

பள்ளிக்கூடங்கள், காலேஜ்கள் பெருகின மாதிரி கோயில்களும், சர்ச், பள்ளிவாசல்களும்கூடப் பெருகியிருக்குது. எல்லாமே அசுர வளர்ச்சி கண்டிருக்கு. குழந்தைகள் எல்லாம் செல்போனை ஆப்ரேட் பண்ணத் தெரிஞ்சிருக்காங்க. கூகுள், விக்கிபீடியா, ஃபேஸ்புக்குன்னு உலகமே செல்போன்லே அடங்கிப் போச்சு. 1960, 61–லே திருநெல்வேலியிலே சினிமா டிக்கெட், தரை டிக்கெட் 25 பைசாதான். உயர் வகுப்பு டிக்கெட்டை ‘சோபா டிக்கெட்’ன்னு சொல்வாங்க. அப்போ சோபா டிக்கெட் ஒரு ரூபா ஐம்பது பைசா. இப்போ ரஜினி, அஜித், விஜய் படங்களுக்கு நானூறு, ஐநூறு ரூபாய் கொடுத்து டிக்கெட் வாங்கறாங்க. ஒரு வாரத்திலே நூறு கோடி வசூல்ங்கிறாங்க. ஆனா, இப்போ எந்தப் படமும் அம்பது நாள், நூறு நாள் ஓடுகிறதில்லை. எம்.ஜி.ஆர்., சிவாஜிகணேசன் படங்கள் எல்லாம் அப்போ நூறு நாள் ஓடுகிறது சர்வசாதாரணம். இப்போ நடிகர்களின் சம்பளமே பல கோடிகள். எம்.ஜி.ஆரைத்தான் அதிகச் சம்பளம் வாங்கின நடிகர் என்று சொல்வாங்க. அவரே 1966–ல் வெளிவந்த ‘அன்பே வா’ படத்திற்குத்தான் அதிகபட்சமாக ஒன்றேகால் லட்சம், சம்பளம் வாங்கினாராம். இப்போது நடிகர்கள் 50 கோடி, 80 கோடி என்று வாங்குகிறார்கள். இது

அவர்களுடைய பிராபல்யத்திற்கு, அது திரட்டி வைத்திருக்கிற ரசிகர்கள் கூட்டத்திற்கான சம்பளமே தவிர, அவர்களுடைய நடிப்புக்கான சம்பளமில்லை.

1950, 60–க்களிலே அண்ணாதுரை ஆட்சியிலிருந்த காங்கிரஸை எதிர்த்து அடிக்கடி பெரியபெரிய போராட்டமெல்லாம் நடத்துவாரு. ரயிலை மறிப்பாங்க. போராட்டக்காரங்களை விரட்ட துப்பாக்கிச் சூடு எல்லாம் நடக்கும். தொண்டர்கள் எல்லாம் ரொம்ப உணர்ச்சிகரமா இருப்பாங்க. இப்போ அரசியல்லே அந்தளவு உணர்ச்சிகரம் இல்லைன்னு தான் சொல்லணும். 250, 500–ன்னு பணம் குடுத்து, பிராந்தி, பிரியாணிப் பொட்டலம் கொடுத்துக் கூட்டுகிற கூட்டம் இப்போ. கூலிக்குக் கூடுகிறவங்க. மாநில அளவிலே, அகில இந்திய அளவிலேன்னு பெரிய பிரச்சினைகள் இப்போ இல்லை. சின்னச்சின்ன உள்ளூர் பிரச்சினைகள்தான் இருக்குது. அதை தாசில்தாரே சரி பண்ணிருவாரு. அதிகபட்சமா கலெக்டருக்குப் போகும். அவ்வளவுதான்.

நான் எழுதினதைப் படிச்சிட்டு, “இது என்னடே நாவல்ன்னு சொல்லுதே... ஆனா கதையே இல்லையே”ன்னு சங்கர கணபதி கேக்கான். “பழசல்லா சொல்லிக்கிட்டு இருக்கே”ங்கிறான்.

“பழசு நாவல், கதை ஆகாதா?”ன்னு கேட்டதுக்கு அவன் சிரிச்சான். சங்கர கணபதி என்னோட ஸ்கூல்ல படிச்சவன். நான், மேகநாதன், குட்டி எல்லாம் பீரியட்படி நோட்டு, புஸ்தகங்களை எல்லாம் பொதி மாடு மாதிரி பெரிய பையிலே போட்டுச் சொமந்துகிட்டுப் போவோம். சங்கர கணபதி ஒரே ஒரு நோட்டை மட்டும்தான் எடுத்துக்கிட்டு வருவான். ஜூன் மாசம் பள்ளிக்கூடம் ஆரம்பிக்கும்போது எல்லாரும் புஸ்தகங்கள், நோட்டுக்கள் எல்லாம் வாங்குவோம். அவன் பேருக்கு ஒண்ணு ரெண்டு பொஸ்தகம், நோட்டுத்தான் வாங்குவான். இத்தனைக்கும் அவங்க வீட்டுல கஷ்டமெல்லாம் இல்ல. ஆனா நோட்டு, பொஸ்தகமே இல்லாமே வருஷத்தைக் கடத்தியிருவான். வாத்தியார் கேட்டா, “பைண்ட் பண்ணக் குடுத்திருக்கேன்”ன்னு பொய் சொல்வான். “என் நோட்டை எய்த் ‘சி’யில படிக்கிற பையன் காப்பி பண்ணுறதுக்காக வாங்கிட்டுப் போனான்... தரலை...”ன்னு கதை விடுவான். சில வாத்தியார்கள் ஹெட் மாஸ்டர் கிட்டே அவனை அனுப்பிருவாங்க. சில பேரு, “வகுப்புக்கு வெளியே நில்லு”ன்னு சொல்லிருவாங்க. “அப்பாவைக் கூட்டிட்டுவா”ன்னு ஹெட்மாஸ்டர் சொன்னா, “அப்பா பாம்பே போயிருக்காங்க”ன்னு புழுகுவான். எதுக்காக

இப்படிச் செய்தான்னு சொல்ல முடியலை. சிலருக்குத் திருடுகிறது ஒரு பழக்கமா இருக்குன்னு சொல்வாங்க. அந்த மாதிரி சங்கர கணபதிக்குப் புஸ்தகம், நோட்டு இல்லாமல் ஸ்கூலுக்கு வர்றதும், அதுக்காக வாத்தியார்கள் கிட்டே விதவிதமாப் பொய் சொல்லுறதும் ஒரு பழக்கமா ஆயிப் போச்சு.

அப்போ 1955, 56–லே எல்லாம் பள்ளிக்கூடங்களிலே யூனிஃபார்ம் கிடையாது. தச்சநல்லூரிலேருந்து வள்ளிக்கண்ணு படிச்சான். அவன் எதுக்காக அவ்வளவு எண்ணெய் தேய்ச்சுக் கிட்டு வந்தான்னு தெரியலை. எண்ணெய் ஜாடிக்குள்ளே தலையை முக்கிட்டு வந்த மாதிரி அவ்வளவு எண்ணெய் தேய்ச்சிருப்பான். நெத்தி, காதுல எல்லாம் தலையில இருந்து எண்ணெய் வடியும். அவன் சட்டைக் காலர் எல்லாம் எண்ணெய்ச் சிக்குப் பிடிச்சிருக்கும். ஆனா, எல்.டி.எஸ்., பீரியட்லே ரொம்ப அருமையா பாடுவான். ‘ஆசையே அலை போலே’ன்னு குரலெடுத்துப் பாடுவான். ‘கோமதியின் காதலன்’ படத்திலே சீர்காழி பாடுற பாட்டை அவ்வளவு தத்ரூபமாப் பாடி எல்லோரையும் சந்தோஷப்படுத்துவான். நான், வண்ணதாசன், கலாப்ரியா எல்லாம், ஒருத்தரை ஒருத்தர் யாருன்னு தெரியாமலே திருநெல்வேலி டவுன் ஈஸ்டர்ன் பிராஞ்சிலே படிச்சோம். வெள்ளிக்கிழமை சாயந்திரம் கடைசி பீரியட்தான் எல்.டி.எஸ். பீரியட். ஜாலியான பீரியட். ஹோம் ஒர்க், பாடம் ஒண்ணும் கெடையாது. பாட்டு, கதை சொல்லுறதுன்னு கழியும். அதுவும் அடுத்த நாள் சனிக்கிழமை லீவுன்னா, அந்தச் சந்தோஷத்தைச் சொல்லி முடியாது. இப்படி நெறைய சின்னச்சின்ன சந்தோஷங்கள் அப்போ இருந்திச்சு.

தீபாவளி, பொங்கல் அன்னைக்கி கண்டிப்பா புதுப்படம் பார்க்கணும். அதெல்லாம் அந்த வயசிலே பெரிய சாதனையா இருந்திச்சு. 70–க்கள்ல நான், கலாப்ரியா எல்லாம் சாரதாவுடைய ரசிகர்கள். சாரதா நடித்த ‘நதி’ங்கிற மலையாளப் படம் பார்த்துட்டுக் கெறங்கிப் போயிக் கெடந்தோம். எத்தனையோ விஷயங்கள்ல கெறங்கிப் போயிக் கெடந்தோம். ராயல் டாக்கீஸிலேயும், பேலஸ்–டி.வேல்ஸ்லேயும் பாத்த ஏராளமான மலையாளப் படங்கள் என்னைக் கெறங்கடிச்சிருக்கு. கல்யாணிகிட்டே மணிக்கணக்காப் பேசிக்கிட்டிருந்தா சந்தோஷம். அவர் கிட்டேயிருந்து ‘கசடதபற’, ‘அஃக்’ மாதிரி சிறுபத்திரிகைகள்லாம் வாங்கிட்டுப் போயிப் படிக்கிறது சந்தோஷமா இருந்திச்சு. அசோகமித்திரனோட ‘வாழ்விலே ஒருமுறை’ தொகுப்பு படிச்சிட்டு இனம் புரியாத ஆனந்தம். ஜானகிராமனோட ‘மோகமுள்’ளிலிருந்து மீளுறதுக்கு பல

நாளாச்சு. லா.ச.ரா.வோட 'அபிதா'வை, 'பச்சைக் கன'வை பைத்தியம் மாதிரி திரும்பத்திரும்பப் படிச்சுக்கிட்டே இருந்தேன்.

தகழியோட சிறுகதைகள், பி. கேசவதேவ், உரூபு இவங்கெல்லாம் மனம் பூரா நிரம்பியிருந்தாங்க. லலிதாம்பிகா அந்தர்ஜனம் என்கிற பேரே மனசை இழுத்துது. 'ஆராதனா' செகண்ட் ஷோ பார்த்துட்டு வானத்திலே பறக்காத குறை. *1970 – 73*–லே ராஜ்கபே காபி, சாலைக்குமாரசாமி கோயிலுக்கு எதிரே இருந்த சின்னக் கடை டீ எல்லாம்கூட ரொம்பப் பிடிச்சிருந்துது. ஏதோ ஒரு காவியமயமான நாட்களை வாழ்வது போலிருந்தது. கண்டதே காட்சி, கொண்டதே கோலம்ன்னு படிக்கிறது, சினிமா பார்க்கிறதுன்னு திரிஞ்ச நாட்கள் அவை. ஏதோ பேருக்குன்னு ஒரு வேல பார்த்தேன். வக்கீல் குமாஸ்தாவா இருந்தேன்.

பெரிய சிந்தனை, யோசனை எல்லாம் அப்போ கிடையாது. உணர்வுபூர்வமா வாழ்ந்த நாட்கள். ரொம்ப ஆழமான விருப்பு வெறுப்புகள் கிடையாது. ரொம்ப யோசிக்கிறது கெடையாது. சிறுகதையை, நாவலை, சினிமாவை, ஏதாவது கவிதையை, கட்டுரையை அலசி ஆராய்கிறதெல்லாம் மெட்ராஸுக்கு வந்த பிறகு ஏற்பட்ட பழக்கம். நான் பழகின மெட்ராஸ் சர்க்கிள் அந்த மாதிரி.

அவள்

ஒரு நாலு நாளோ ஒரு வாரமோ சடவாரனும்னா, அதுக்கு விட்லாவரம்தான் லாயக்கு. பெரியம்மை வீட்ல போயி இருக்கணும். அவங்க வீட்டு வயல்ல வெளைஞ்ச சம்பா அரிசி, பொடி அரிசியில இட்லி, தோசை, சோறு, கொழுக்கட்டை, அரிசி உப்புமான்னு விதவிதமாச் சாப்பிடலாம். அவுஹ வீட்டுச் சம்பா அரிசிக்குன்னு அப்பிடி ஒரு ருசி. அந்த அரிசியிலே என்ன செஞ்சாலும் நல்லா இருக்கும். இப்போ ஜங்ஷன்லேருந்து அனவரத நல்லூர் – விட்லாவரத்துக்கு டவுன் பஸ்ஸே போகுதாம். நான் படிக்கிற காலத்துல காலையில, மத்தியானம், சாயந்தரம்னு மூணே மூணு பஸ்தான் இருந்திச்சு. ரொம்பக் கூட்டமாத்தான் இருக்கும். அனவரத நல்லூருக்கும், விட்லாவரத்துக்கும் அந்த பஸ்ஸ விட்டா வேற வழியே கெடையாது.

அனவரத நல்லூரும், விட்லாவரமும் ரெட்டை ஊர்கள். ரெண்டு ஊருக்கும் நடுவுலே வாய்க்கால் ஓடுது. விட்லாவரத்துக்கு மேக்கே, வாய்க்காலைத் தாண்டுனதும், தரையோட தரையா பதிச்சு வச்ச மாதிரி அகன்று விரிஞ்சு கெடக்கிற பாறை உண்டு. அதிலே அங்கங்கே வட்டவட்டமாக் குழிகளை வெட்டி வச்சிருப்பாங்க. அந்தக் குழிகள்லே நெல்லு, கம்பு, சோளம்னு போட்டுக் குத்துவாங்க.

காலையில பெரியம்மை கருப்பட்டிக் காப்பி தருவா. அதைக் குடிச்சிட்டுத் துண்டு, சோப்பு டப்பா, தொவக்கிற துணிகளை எல்லாம் எடுத்துட்டு

அந்த வளவுக்காரங்களோட முத்தலாங்குறிச்சி ஆத்துக்குப் போவோம். அங்கதான் தாமிரவருணி ஓடுது. வண்டி மலைச்சி அம்மன் கோயில்லேருந்து முத்தலாங்குறிச்சி ஆறு சரியா ஒரு மைல் இருக்கும். ரெண்டு பக்கமும், பச்சைப் பட்டு விரிச்சாப்பல வயக்காடு. நடுவுல ரோடு. ரோடு வளைஞ்சு போயிக்கிட்டே இருக்கும். ஆத்துல ஆளே இருக்காது. சத்தமில்லாமே ஆறு ஓடிக்கிட்டிருக்கும். அக்கரையிலே ஒசரமா வல்ல நாட்டு மலை ஆத்துல குளிக்கிறவங்களை வேடிக்கைப் பாக்கிற மாதிரி நின்னுக்கிட்டிருக்கும்.

பெரியப்பாவுக்கு அந்தப் பத்துல ரெண்டு வயல்களும், வெத்தலைக் கொடிக்காலும் உண்டு. வீட்டுக்குப் பொறத்தால, கொடிக்கால்ல வெத்தலைக் கொடி படர்ந்த, ஒசரஒசரமான அகத்திக் கம்புகள் மாட்டுத் தொழுவத்துக்குப் பின்னாலே கட்டுக்கட்டா வாகை மரத்துலே சாத்தியிருக்கும். பெரியம்மை வீட்டிலே பாலும், வெத்தலையும், அகத்திக்கீரையும் சீரழியும். அப்போ கேஸ் ஏது, மண்ணெண்ணெய் ஏது? எல்லா வீட்டிலேயும் வெறகடுப்புதான். அடுப்புக் கொடியிலே எந்த நேரமும் காப்பித் தண்ணி சூடா இருந்துக்கிட்டே இருக்கும்.

பட்டாசல்ல பெரிய ஊஞ்சல் உண்டு. அதுல உக்காந்து ஆடும்போது 'களக் களக்'னு தவளைக் கொத்து சத்தம் போடும். ஒரு தடவை போயிருந்தப்ப, மச்சிலே குருவிக் கூடு கட்டியிருந்திச்சு. அதுக்குத் தொந்தரவா இருந்திரக்கூடாதுன்னு, மச்சிலே மெல்லத்தான் நடக்கணும், கத்திப் பேசக் கூடாதுன்னு பெரியம்மா சொன்னா. ஊரே ரொம்ப அமைதியான ஊருதான். அஞ்சே அஞ்சு தெருதான். எங்கேயாவது கோழி, சேவல் கத்துறது, நாய் குலைக்கிறதுகூடத் தெளிவா கேக்கும். சாப்புட்டுட்டுச் சாப்புட்டுட்டு எல்லாரும் சேந்து தாயம் ஆடுவோம். இல்லை பல்லாங்குழி ஆடுவோம். ராத்திரி, பெரியப்பா சீக்கிரமாத் தூங்கிருவா. ஆனா தார்சாவுல நாங்கள்ளாம் நேரம் போறது தெரியாமே தாயம் ஆடிக்கிட்டு இருப்போம். நெலாக் காலத்திலே எல்லாரும் வாசல்ல சேந்து வட்டமா உக்காந்து சாப்பிடுவோம்.

சில நாள் நெலா வெளிச்சத்திலே எல்லாரும் சேந்து கும்மியடிப்போம். இல்லேன்னா ஏதாவது கதை பேசிப் பொழுதப் போக்குவோம். காலையில ஆத்துக்குப் போறதப் பத்தி ராத்திரியே பேசி வச்சுக்கிடுவோம். என்ன ஒண்ணு, ஊரைச் சுத்தி வயக்காடு இருந்ததாலே கொசுத் தொல்லை தாங்க முடியாது. கை, காலிலே எல்லாம் வேப்பெண்ணெய்யைத் தடவிக்கிட்டுப் படுப்போம். சுத்திப் பட்டியிலே எங்கேயும் சினிமா கொட்டகை கெடையாது. சினிமா பாக்கணும்னா

ஒண்ணு ஸ்ரீவைகுண்டம் போகணும், இல்ல திருநவேலிக்கித்தான் போகணும். ரேடியோ கூட எல்லா வீட்டிலேயும் கெடையாது. கெடிகாரமும் யார் வீட்டிலேயாவதுதான் இருக்கும். பெரியம்மை வீட்டிலே பட்டாசல்ல சாவி குடுக்கிற பெரிய கடிகாரம் இருந்திச்சு. வளவுக்காரங்க அல்லது தெருக்காரங்க, பஸ்ஸைப் பிடிக்கப் போகணும்னா பெரியம்மை வீட்டிலே வந்துதான் மணி பாத்துட்டுப் போவாங்க. ஊருக்கு கரண்ட் வந்திருந்தாலும் எல்லா வீட்டுலேயும் கரண்ட் இழுக்கலை. சில வீடுகள்ளதான் கரண்ட் இருந்துது. பெரியம்மைக்கிப் பிள்ளை இல்ல. அதனால பரிச்சை நேரத்துல வளவுப் பிள்ளைகள் எல்லாம் பெரியம்மை வீட்டுத் தார்சாவிலே இருந்து படிப்பாங்க.

பெரியம்மை என்னையும், அண்ணனையும் எடுத்து வளக்கேன்னு அப்பா கிட்டே கேட்டாள். அப்பா அதுக்குச் சம்மதிக்கலை. "சாந்தியை மட்டுமாவது வளக்கேன்"னு கேட்டுப் பாத்தா. அப்பா முடியவே முடியாதுன்னுட்டா. அதுக்கப்புறம் விட்லாவரத்துக்குப் பெரியம்மை வீட்டுக்கு அடிக்கடி போறது நின்னுபோச்சு. அனவரத நல்லூர்ல எட்டாவது வரைக்கியும்தான் இருந்திச்சு. அங்க படிச்சு, வளர்ந்திருந்தா எப்படி இருந்திருப்பேன்னு தெரியலை. லீவு முடிஞ்சு ஊருக்கு வந்தா விட்லாவரத்து ஞாபகமாகவே இருக்கும். நேத்து இவ்வளவு நேரம் அங்க என்ன பண்ணுனேன், சாயந்தரம் என்ன பண்ணுனேன், முந்தாநேத்து என்ன பண்ணுனேன்னு விட்லாவரத்து நெனப்பாவே இருக்கும். ரொம்பக் கஷ்டமா இருக்கும். ரெண்டு மூணுநாளு இப்பிடி இருக்கும். பிறகு எல்லாம் மாறிரும். இப்பமும் இவ்வளவு வயசுக்கப்புறமும், ரெண்டு பிள்ளை பெத்த பெறகும், ஏதாவது ஊருக்குப் போயிட்டு வந்தா, அந்த ஊரு ஞாபகமாவே இருக்கும். எல்லாருக்கும் இப்படித்தான் இருக்குமான்னு தெரியல. இவுஹகிட்டக் கேட்டா எனக்கெல்லாம் அந்த மாதிரி ஒண்ணும் தோணலைங்கிறாங்க.

மனசைப் பாக்க முடியலை. ஆனா, அது என்னென்னல்லாம் நெனைக்கிது. நான் மெட்ராசிலே இருக்கேன். ஆனா அது நானூறு மைலுக்கு அப்பால இருக்கிற திருநவேலிய, விட்லாவரத்த, வீரவநல்லூரை அப்படியே சினிமாப் படம் மாதிரி காட்டுது. யார்யாரு கிட்ட எல்லாமோ, எப்பமோப் பேசுனது, நடந்தது எல்லாத்தையும் அப்பிடியே நெனைச்சு ஞாபகத்துல கொண்டுட்டு வருதே. கடவுள் இந்த மாதிரிப் பண்ணி வச்சிருக்காரே. இந்த அதிசயத்த என்னன்னு சொல்ல?

நான் எவ்வளவோ சொன்னேன். எனக்கு செல்போன் எல்லாம் வேண்டாம்ன்னு சொன்னேன். நான் யாருட்டப் பேசப் போறேன், எனக்கு எதுக்கு செல்போன்னுன்னேன். இவுஹ

கேக்கலை. ஒரு போனை வாங்கிக் கையில குடுத்திட்டாஹ. மத்தியானம் போன் போட்டு, சாப்பிட்டியா? அப்பா, அம்மா எல்லாம் சாப்புட்டாச்சான்னு கேக்கறாஹ. சாயந்தரம் வீட்டுக்கு வர லேட்டாச்சுன்னா போன்ல கூப்புட்டுச் சொல்லுதாங்க. ரவி, கீதா எல்லாம் வெளியில போயிருந்தா எங்க இருக்காங்கன்னு கேட்டுத் தெரிஞ்சுக்கிட முடியுது. வசதியாத்தான் இருக்குது. ஆனா மாசாமாசம் ரீசார்ஜ் பண்ணனுமாம்ல? கீதா சொல்லுதா, "என்னம்மா நீ? ஒரு போனுக்கே இப்பிடிச் சொல்லுதே?... செல பேரு ரெண்டு போனு, மூணு போனுன்னு வச்சிருக்காங்க,"ன்னு சொன்னதும் மலைச்சுப் போயிட்டேன். காய்கறி, கேஸ், குளிக்கிற சோப்பு, வாஷிங் மிஷினுக்கு விடுத லிக்விட் சோப்பு, பலசரக்கு, பால், பேப்பர், பத்திரிகை இந்த மாதிரி போனுக்கு ரீசார்ஜ் பண்ணுத செலவும் சேந்துட்டுது.

செல்போன் ஆப்புல என்னென்ன வெல்லாமோ இருக்கு. கூகுள்ல என்ன கேட்டாலும் பதில் சொல்லுது. யூ டியூப்புலயும் கிருபானந்த வாரியார் பேச்சு, சுகிசிவம் பேச்சு, பழைய சினிமாப் படங்கள், பாட்டுக்கள், கந்தசஷ்டி கவசம், ஆதித்ய இருதயம், விதவிதமா சமைக்கிறதைப் பத்தின்னு என்னென்னல்லாமோ குமிஞ்சு கெடக்கு. டி.வி.யில இருக்கிற மாதிரி போன்லயும் இருக்கு. ஒலகத்துல என்ன நடந்தாலும் ஒடனே போன்ல பார்த்துத் தெரிஞ்சுக்கிட முடியுது. இதுக்குப் பண்ணுத செலவு, ரீசார்ஜ் போடுறதெல்லாம் பெரிசாத் தெரியலை. ஞாயமான செலவுன்னுதான் தோணுது. ஆனா இந்த கீதாவும், ரவியும் எப்பம் பாத்தாலும் கையில போனை வச்சுக்கிட்டே இருக்கதுதான் பிடிக்கலை. சாப்பிடும்போதுகூட போனை நோண்டிக்கிட்டே இருக்காங்க. ரோட்டுல யாரைப் பாத்தாலும் குனிஞ்சு போனைப் பாத்துக்கிட்டேதான் போறாங்க. இதெல்லாம் நல்லதுக்கா கெட்டதுக்கான்னே தெரியலை. எது, என்ன நடந்தாலும் ஒலகத்தோடதான நாமளும் போக வேண்டியதிருக்கு.

நாங்கள்லாம் அந்தக் காலத்துல பொறந்த நாள் கொண்டாடுனதே இல்லை. இப்பம் எழுவது வயசானவங் களுக்குக் கூட பொறந்த நாளு கொண்டாடுதாங்க. பெரிய தலைவர்களுக்கு, நேரு, காந்தி மாதிரி ஆட்களுக்குத்தான் பொறந்த நாள் கொண்டாடுவாங்க. இப்பம் சின்னவங்க பெரியவங்கன்னு எல்லாரும்லா கொண்டாடுதாங்க. நாம பொறந்து எதைச் சாதிச்சிட்டோம்ன்னு பொறந்த நாளைக் கொண்டாடுதாங்கன்னு தெரியலை. இந்த ஒலகத்துல பொறந்ததே ஒரு சாதனைன்னு நெனைச்சுக் கொண்டாடுதாங்களோ, என்னமோ? யாரு கண்டா? ஆயிரக்கணக்கிலே பணத்தச்

செலவு பண்ணிக் கொண்டாடுகிறதைப் பார்த்தா மலைப்பா இருக்கு. என்னத்தைச் சொல்ல. எனக்கு இதெல்லாம் பிடிக்கலை. ஆனாலும் இதுஹ பொறந்த நாள் கொண்டாடும்போது நானும் ஆளோட ஆளா நிக்க வேண்டியது இருக்கு. இதுல எல்லாம் சம்மந்தம் இல்லன்னு தூர வெலகி நின்னாலும் யாரு விடுதா? எங்க மாமா, அத்தைக்கே இம்புட்டு வயசான பொறவும் பொறந்த நாளு கொண்டாடனும்ன்னு ஆச இருக்கு. பொறவு என்னத்தச் சொல்ல? ரவியோட அப்பாவுக்கு இதுல எல்லாம் இன்ட்ரஸ்ட் இல்ல. ஆனா நேர்லயோ, போன்லயோ வாழ்த்துச் சொன்னா ஒண்ணும் சொல்ல மாட்டாங்க. என்ன செய்யிறது ஒலக நடமொற இப்படி இருக்குன்னு சொல்வாங்க...

இந்தக் காலத்துல எதைத்தான் கொண்டாடலை? பரிச்சையிலே பாஸாகிட்டா கொண்டாடுதாங்க. ப்ரமோஷன் கெடச்சா கொண்டாடுதாங்க. ரஜினிகாந்த், அஜித் படத்துக்கு டிக்கெட் கெடைச்சாகூடக் கொண்டாடுவாங்களாம்ல... ரவிதான் சொல்லுதான். இந்தக் கொண்டாட்டம் ஏழ – பணக்காரங்கன்னு இல்ல. எல்லாரையும் புடுச்சு ஆட்டுது. ஆனா செல பழைய ஆட்கள் இதுல எல்லாம் பட்டுக்கிடாம இருக்கத்தான் செய்யிறாங்க.

நான் மூணாவது, நாலாவது படிக்கிறப்போ கோயில் சப்பரத்துக்கெல்லாம் சீரியல் செட் பல்புகளைப்போட்டு அலங்காரமெல்லாம் செய்ய மாட்டாங்க. சப்பர அலங்கார மெல்லாம் பூ, பச்சை இலைகளாலேதான் இருக்கும். அந்த அலங்காரங்களை வெள்ளை சாத்தி, பச்சை சாத்தின்னு சொல்லுவாங்க. ஒரே மல்லிகை, பிச்சி, வெள்ளை அரளி, பன்னீர் பூக்களாலே மட்டுமே அலங்காரம் பண்ணியிருந்தா வெள்ளை சாத்தின்னு சொல்லுவாங்க. மருக்கொழுந்து, பன்னீர் இலைன்னு, பச்சை இலைகளாலே அலங்காரம் செய்திருந்தா பச்சை சாத்தின்னு சொல்லுவாங்க. அந்த அழகைச் சொல்லி முடியாது. சப்பரத்துக்கு முன்னாலே கேஸ் லைட்களும், தீப்பந்தங்களும்தான் இருக்கும். இப்போ சீரியல் செட் லைட் எல்லாம் போட்டு ஜெகஜோதியா இருக்கு. காலப்போக்குல எல்லாம் மாறிட்டுது. சாமியும் இதை ஏத்துக்கிட்டுது.

அப்போ பேறுகாலமே வீட்டிலேதான் நடக்கும். சொசவந்தட்டித் தெரு அத்தை, கொன்னாவரத்துச் சித்திக்கி எல்லாம் வீட்டுல மருத்துவச்சிய வச்சுதான் பேறுகாலம் பார்த்தாங்க. கொன்னாவரத்துச் சித்திக்கி மத்தியானத்துல இருந்தே வலி ஆரம்பிச்சிட்டுது. கொறவர் தெருவுல இருந்து மரியம்மைதான் வந்திருந்து பேறுகாலம் பார்த்தா. ராத்திரி ஏழெட்டு மணிவரை பிள்ளையே பொறக்கலை. எல்லாரும்

ராத்திரி சாப்பாடு சாப்புட்டுட்டுப் படுத்திட்டோம் மரியம்மை அவ வீட்டுக்கே போகலை. பிள்ளைத்தாச்சி பக்கத்துலயே வெத்தலையப் போட்டு அதக்கிக்கிட்டுப் படுத்துக் கெடந்தா. நடுராத்திரி ரெண்டு மணிக்கோ என்னம்போ பிள்ளை பொறந்துதாம். மரியம்மைக்கி வெத்தலை பாக்கு, பழம், பத்து ரூவா எல்லாம் வச்சு அம்மை குடுத்தா. எங்க தெருவுல யார் வீட்டுல பேறுகாலம்ன்னாலும் மரியம்மையைக் கூப்புட ஆளு விட்டுருவாங்க. அவளும் நேரங்காலம் பாக்காம கூடவே இருந்து பேறு காலத்தை நல்லபடியா முடிச்சிட்டுதான் போவா.

இப்பம் எந்தப் பேறுகாலம் வீட்டுல நடக்குது, எல்லாம் ஆசுப்பத்திரிதான். ஜாதகம் எல்லாம் பார்த்து, அந்த நட்சத்திரத்துப்படி பேறுகாலம் நடக்கணும்ன்னு சிசேரியன் கூடப் பண்ணிக்கிடுதாங்களாம். அப்போ எல்லாம் பிள்ளை பெத்தா 'பச்ச ஒடம்பு, பச்ச ஒடம்பு'ன்னு சொல்லி, ஏழெட்டு நாள் எந்திரிக்கவே விட மாட்டாங்க. இப்போ பேறுகாலம் ஆன மறுநாளே வீட்டுக்குப் போகலாம்னு சொல்லுதாங்க. ஆயுதம் போட்டுப் (சிசேரியன்) பிள்ளைய எடுத்தாத்தான் கூடுதலா ரெண்டு மூணு நாளு இருக்க வேண்டியது வரும். கல்யாணம் ஆகி வருஷக்கணக்காப் பிள்ளை இல்லாமே இருந்ததெல்லாம் போயி, கல்யாணம் ஆன பத்தாவது மாசமே பிள்ளையைப் பெத்துக்கிடுத காலமா ஆயிரிச்சு. சிலபேரு கல்யாணம் ஆகும்போதே ரெண்டு மாசம், மூணு மாசம் கர்ப்பமா இருக்காங்கன்னுல்லாம் சொல்லுதாங்க. கலிமுத்திப் போச்சு. வேறென்னத்தைச் சொல்ல?

அவன்

கண்ணதாசன் பத்திரிகை அலுவலகம்
பிரான்ஸிஸ் ஜோசப் தெருவில் இருந்தது. அதை முதல் போட்டு நடத்தியவர் ராமச்சந்திர ரெட்டியார். கண்ணதாசன் தவிர *பிலிமாலயா* என்ற சினிமாப் பத்திரிகையும், ஒரு தெலுங்கு சினிமாப் பத்திரிகை உள்பட சிறுவர் பத்திரிகை ஒன்றையும் ரெட்டியார் நடத்தி வந்தார். கண்ணதாசன் ஏற்கெனவே ஒரு முறை, சில வருடங்களுக்கு முன் மகாலிங்கபுரம் லேடி மாதவன் நாயர் தெருவிலிருந்து வெளிவந்து நின்றிருந்தது. இப்போது ரெண்டாவது தடவையாக அது வெளிவந்தது. ராமச்சந்திர ரெட்டியார் ஒரு பழைய அம்பாஸிடர் கார் வைத்திருந்தார். அந்தக் குறுகலான தெருவில் அதைக் கம்பீரமாக ஓட்டி வருவார்.

1973 ஜூனில் சென்னை வந்த எனக்கு தி.க.சி., கந்தர்வன் மூலம் கண்ணதாசனில் *150 ரூபாய் சம்பளத்தில் வேலை கிடைத்தது.* திருநெல்வேலியில் ஆரம்பித்த இலக்கிய, சினிமா மயக்கம் விடவில்லை. கண்ணதாசனும் இலக்கியப் (கலையும் உண்டு) பத்திரிகையாக இருந்தது என் சிறகுகளை அடித்துப் பறக்க உதவியது. மவுண்ட் ரோடு எல்.எல்.ஏ. பில்டிங்கில் கூட்டம் போட வேண்டுமானால் *25 ரூபாய் இருந்தால் போதும்.* கூட்ட அறையின் வாடகை 25 ரூபாய்தான். மூன்று அறைகள் வாடகைக்கு இருந்தன. அனேகமாக சனி, ஞாயிறுகளில் இலக்கியக் கூட்டங்கள் நடக்கும். ஞானக்கூத்தன் எல்லாக் கூட்டங்களுக்கும் வந்து விடுவார். தி.க.சி.யும் தவறாமல் வந்துவிடுவார்கள்.

பிரக்ஞை பத்திரிகை தி.நகரிலிருந்து வந்தது. அம்பை, ரவிசங்கர், வீராச்சாமி என்ற ரங்கராஜன், பாரவி எல்லாம் ரவிசங்கரின் மகாலெட்சுமி தெரு வீட்டுக்கு வருவார்கள். அதுதான் பிரக்ஞை ஆபீஸாக இருந்தது. ரெண்டு தெரு தள்ளி தாமோதர ரெட்டி தெருவில் அசோகமித்திரன் இருந்தார். கிருஷ்ணவேணி தியேட்டரை ஒட்டியிருந்த இந்தியா காபி ஹவுஸில் பிரம்புக் கூடை நாற்காலிகளைப் போட்டிருந்தார்கள். ஆளுக்கு ஒரு காபியை வாங்கிக் குடித்துவிட்டு மணிக்கணக்கில் கதையடித்துக்கொண்டிருப்போம். அசோகமித்திரன் வீட்டில், மேலே சட்டையில்லாமல் வெறும் வேட்டியுடன் இருப்பார். அவர் வீட்டு வராந்தாவிலும் பேசிக்கொண்டிருப்போம். ரவி, ராமகிருஷ்ணன், முத்துக்குமார் எல்லாம் பள்ளிக்கூடம் போகிறவர்களாக இருந்தார்கள்.

பிரக்ஞை ஆபீஸில் எல்லா விஷயங்களைப் பற்றியும் பேசுவோம். ‘Blaze’ என்ற அட்வர்டைஸிங் கம்பெனி எடுத்த ஒன்றிரண்டு ஹிந்திப் படங்களை ஷியாம் பெனகல் இயக்கினார். அவருடைய ‘ஆங்கூர்’, ‘நிஸாந்த்’தை எல்லாம் பார்த்து விட்டு மதிமயங்கிக் கிடந்தோம். எஸ்.வி. ராஜதுரை ‘எக்ஸிஸ்டென்ஷியலிசம்’ என்ற நூலை எழுதி வெளியிட்டிருந்தார். அதுவேறு மூளையில் போதையை ஏற்றியிருந்தது.

ஏற்கெனவே தி.க.சி.யுடன் சோவியத் கல்சுரல் சென்டரில் ரஷ்யத் திரைப்படங்களைப் பார்த்திருந்தேன். அடூர் கோபால கிருஷ்ணனின் ‘சுயம்வர’த்தை ஒரு ஞாயிற்றுக்கிழமை காலையில் சோவியத் கல்சுரல் சென்டரில்தான் பார்த்தேன். அமெரிக்கன் எம்பஸி, அலியான்ஸ் பிரான்ஸிஸ் என்று எம்பஸிக்களில் சினிமாக்களைப் பார்த்தேன். சீட்டு ஆடுவது, கிரிக்கெட் ஆடுவது, பாட்டுக் கேட்பது, நாடகம் பார்ப்பதுமாதிரி இலக்கியம் படிப்பதும், உலக சினிமாக்களைப் பார்ப்பதும் ஒரு போதைதான். சீட்டு ஆடுகிறவன், குடிக்கிறவன் திரும்பத்திரும்ப அதையே செய்கிறான். வாழ்க்கையே திரும்பச் செய்வதுதான். உணர்ச்சிகரமாக இருக்க சிறுகதை, நாவல் படிப்பதும், சினிமா பார்ப்பதும் உதவின. 150 ரூபாய் சம்பளத்தில் சாப்பிட்டு, உடைகளுக்குச் செலவிட்டு, தி.க.சி. வீட்டில் அல்லது யாராவது நண்பனின் அறையில் தங்கிக்கொண்டு உணர்ச்சிகரமாகவும் இருந்தேன். புஸ்தகம், சினிமா என்ற போதையில் ஆழ்ந்து கிடந்தேன். என்னைப் போலத்தான் சிறுபத்திரிகை உலக நண்பர்களும் இவற்றிலேயே மூழ்கித் திளைத்தனர். இதுவே உலகம் என்றிருந்தோம்.

கோவை ஈஸ்வரன் ‘மனிதன்’ என்ற சிகப்பு புரட்சிகரப் பத்திரிகையை நடத்தினார். வேணு கோபால் சிவந்த சிந்தனையை

நடத்தினார். தெ. சண்முகம் 'உதயம்', 'பிரச்னை' போன்ற பத்திரிகைகளை நடத்தினார். இவை எல்லாம் மார்க்ஸிய நம்பிக்கை கொண்ட பத்திரிகைகள். 1970, 1980களில் நிறைய இடதுசாரிப் பத்திரிகைகள் வந்தன. நிறைய இளைஞர்கள் மார்க்ஸியம் படித்தனர். நானும் படித்தேன். இந்த 2024–ல் இவை எல்லாம் காணாமல் போய்விட்டன. உலகத்துல என்னென்னவெல்லாமோ நடக்குது. யார் யாரெல்லாமோ என்னென்னவோ பேசுறாங்க, எழுதுறாங்க. கடவுள் உண்டு, இல்லைன்னு கட்சி கட்டிப் பேசுறாங்க. கடவுளை நம்பறவங்கதான் அதிகமா இருக்கிறாங்க. தமிழ்நாட்டிலே பெரியார் கடவுள் மறுப்புப் பிரசாரம் செய்தார். ஆனா இப்போ எல்லாக் கோயில்கள்லேயும் நல்ல நாள், விசேஷ நாளுன்னா ஒரே கூட்டமா இருக்கு. பெரியார் சொன்னது எல்லார் கிட்டேயும் பரவலையா, இல்லை அவர் சொன்னதை யாரும் சட்டை பண்ணலையா? முறையிட ஒரு இடம், ஒரு ஆள் தேவைப்படுது. சாப்பிடுதது, தூங்குதது மாதிரி கடவுளும் அத்தியாவசிய தேவை.

சாதாரண ஜனங்க எதையும் அலசி ஆராஞ்சு பாக்கிற தில்லை. மனசுக்குத் தோணியதைப் பேசுறாங்க, செய்றாங்க. ரொம்ப ஏன், எதுக்குன்னு மண்டைய ஒடைச்சுக்கிறது இல்ல. பொழப்புக்கு ஏதோ ஒரு வேலை. குடும்பம், வம்ச விருத்தி, முதுமை மரணம்ன்னு சர்வசாதாரணமா முடிஞ்சு போயிடறாங்க. சாதாரண வாழ்வு வாழ்ந்தோம்ன்னுகூட அவங்க நெனைக்கிறது இல்லை. அசாதாரணமா தோற்றம் தருகிற அரசியல்வாதிகள், சினிமா நடிகர்கள், ஆன்மீகப் பிரமுகர்களைப் பார்த்து ஆச்சரியப்பட்டு அவங்க பின்னாலே காலங்காலமாப் போய்க்கிட்டே இருக்காங்க. சோழ ராஜா, பாண்டிய ராஜாக்கள், தேவாரம் பாடி ஊர் ஊராப் போன நாயன்மார்கள், சமீபத்திலே காந்தி, நேரு, திலகர், பட்டேல், காமராஜர், ராஜாஜி, அண்ணாதுரை, கருணாநிதி, ஷீரடி சாய்பாபா, புட்டபர்த்தி சாய்பாபா, ரமணர்ன்னு யாரையாவது அரசியல், ஆன்மீகவாதிகளைச் சுத்திக் கூட்டம் கூடுது. இதெல்லாம் சாப்பாடு, தூக்கம் மாதிரி மனுஷனுக்குத் தேவையா இருக்கு.

வீடு மாதிரி, பள்ளிக்கூடம் தேவை, காலேஜ் தேவை, வாகனங்கள் தேவை, உணவு பயிரிட நிலம் தேவை, கோயில், மசூதி, சர்ச்சுகள் எல்லாம் வேணும். வியாபாரம் வேணும், தொழில் வேணும், நீர்நிலைகள் வேணும், காடு, மலை எல்லாம் வேணும். ஆனா, இலக்கியம், நவீன சினிமா எந்தளவுக்குத் தேவை? சுதா ரகுநாதன், நெய்வேலி சந்தான

கோபாலன் இவங்களோட இசை எல்லாம் ரொம்ப பேருக்குத் தேவைப்படாம இருக்கலாம். ஆனா இதுக்கும் உலகத்திலே இடம் இருக்கு.

மீனாட்சியம்மன் கோயில்ல, பழனி கோயில்ல, நாகூர் தர்காவிலே, வேளாங்கண்ணி சர்ச்சிலே பூஜை, தொழுகை, ஜெபம் இவற்றை நடத்தறவங்க காலமெல்லாம் அதையே திரும்பத் திரும்பச் செய்கிற மாதிரிதான் இந்தச் சிறுபத்திரிகைகளை நடத்துகிறவங்களும் திரும்பத்திரும்ப நடத்த வர்றாங்க. புதுமைப்பித்தன், கு.ப.ரா., மௌனியெல்லாம் தங்களோட தடத்தை அழுத்தமாப் பதிச்சிட்டுப் போயிருக்காங்க. உணர்வுபூர்வமா எழுதிட்டுப் போயிருக்காங்க. இப்போ எழுதறவங்ககிட்டே நல்ல மொழிநடையே இல்லை. வறட்டுத்தனமா எழுதுறாங்க. அவங்களோட இலக்கியமே வறட்டுத்தனமா இருக்குது. உணர்ச்சி, இளக்கம், அழகு இதெல்லாம் இல்லாமே போயிட்டுது.

நவீன சினிமாங்கிறதும் பல சமயங்களிலே வறட்டுத் தனமாத்தான் இருக்குது. நெறைய ஐடியா இருக்குது. ஆனா கவித்துவமான விவரிப்பு இல்லை. நான்லீனியர் எழுத்து மாதிரி சினிமாவிலும் நான்லீனியர் விவரிப்பு இருக்குது. உணர்ச்சியை விட்டு அறிவுத் தளத்துக்கு, அல்லது தொழில்நுட்பத் தளத்துக்கு எழுத்து, சினிமா இரண்டுமே போயிட்டுது.

தாயப்பன்: ஏன் ஒனக்கு எழுத்து, சினிமாவை விட்டா வேற ஒண்ணுமே தெரியாதா?

நான்: பத்திரிகை பத்தித் தெரியுமே...

தாயப்பன்: அதுவும் எழுத்து சம்பந்தப்பட்டதுதானே அப்பா. மீடியாவிலேயே டி.வி. வந்து சக்கைப்போடு போடுதே.

"டி.வி.யும் எண்டர்டெய்ன்மெண்ட்தானே தாயப்பா?"

"நியூஸ் சேனல், விவாதங்கள் இதெல்லாம் எண்டர்டெய்ன்மெண்ட்டா?" என்று கேட்டான் தாயப்பன்.

"சொல்லப் போனா எல்லாமே கேளிக்கைதான். அரசியலைப் பத்திப் படிக்கிறது, தெரிஞ்சுக்கிறது, பேசுறது எல்லாம்கூட ஒரு கேளிக்கைக்காகத்தான். நேரப் போக்குக்காகத்தான்."

"சினிமா, பத்திரிகை, நாடகம், கவிதை, கதை, டி.வி., அரசியல் இதெல்லாம் சமுதாயத்தைப் பத்தி இல்லியா?"

“சமுதாயம், யதார்த்தம் இதெல்லாம் எல்லாத்திலேயும் இருக்கு. ஆனா பொழுதுபோக்காத்தான் இதையெல்லாம் கன்ஸ்யூம் பண்றோம்.”

“கவர்மெண்ட் என்ன பண்ணுது? ஊர் ஒலகத்துல என்ன நடக்குதுங்கிறதெல்லாம் மனுச வாழ்க்கைக்கு உதவலையா?” என்று ஆணித்தரமாகக் கேட்டான் தாயப்பன்.

“உதவுது. ஆனா, இது எல்லாம் தகவலா, தமாஷ் மாதிரி நமக்குள்ளே போகுது... சமயம் வரும்போது அந்தத் தகவல்கள், விவரங்களைப் பயன்படுத்திக்கிடறோம்”

“வெள்ளம், நெருப்பு, விபத்துக்களிலே எவ்வளவோ பேர் திடீர்ன்னு செத்துப் போறாங்க. இது எல்லாம் கேளிக்கையையா தருது?... உங்க வீட்டிலே ஏதாவது சாவு நடந்தா அது பொதுபோக்கா, கேளிக்கையா, எண்டர்டெய்ன்மெண்ட்டா?”

“என்னோட அப்பா இறந்த செய்தியைக் கேட்டதும், அப்பாவைப் பத்தின ஞாபகங்கள்தான் வந்தன. வெளி உலக மரணங்களை வெறும் செய்தியாத் தெரிஞ்சுக்கிட்டு, அதைக் கடந்து போயிருந்தோம். என்னுடைய அப்பா அம்மா இல்லாத வெறுமை, நினைவுகள் இருக்கு. ஆனா அது என்னை அமிக்கிறலை. எல்லா மரணங்களையும், வாழ்க்கைத் தோல்விகளையும் தாண்டி வாழத்தானே செய்யிறோம். அதெல்லாம் கடைசியிலே வெறும் தகவலா, திரும்ப நெனைச்சுப் பாக்கிற சம்பவங்களா இருக்குது. படித்த நாவலை, பார்த்த சினிமாவைத் திரும்பப் படிச்சா, திரும்பப் பார்த்தா எப்படி இருக்குமோ அப்படித்தான் ஆகிப்போயிருது.”

“சரி... சரி... ரொம்ப மயிரைப் பிளக்கிற மாதிரி ஆராயாதே.”

“இல்லே... நீ கேட்டதாலே சொன்னேன்.”

“நீ எப்பவுமே சீரீயஸாத்தான் பேசுறே.”

“என் கேரக்டர் அதுவா இருக்கலாம்.”

எங்க பத்திரிகை ஆபீஸிலே சரஸ்வதி பூஜைய வருஷா வருஷம் நடத்துவாங்க. சின்ன வயசிலே திருநெல்வேலி டவுன் போலீஸ் ஸ்டேஷன்லே துப்பாக்கிக்கெல்லாம் பூப்போட்டு, பொட்டு வெச்சு அவல் பொரியோட கொண்டாடுனதப் பார்க்கப் போயிருக்கேன். ரயில்வே ஸ்டேஷன்ல இஞ்ஜினுக்குப் பொட்டு வச்சு, ரெண்டு பக்கமும் வாழை கட்டியிருப்பாங்க. கண்ணதாசன்ல இருந்தபோது முதலாளி ராமச்சந்திர ரெட்டியார் எல்லாருக்கும் அன்னைக்கு போனஸ் தருவாரு. ரீட்டா, ஆர்ட்டிஸ்ட் முகில் இவங்கெல்லாம் கிறிஸ்தவங்க.

ஆனா அவங்களுக்கும் அவரு அன்னைக்கித்தான் போனஸ் குடுப்பாரு.

தாதன் கொளத்துல எனக்கு சரஸ்வதி பூஜை அன்னைக்கித் தான் படிப்புச் சொல்லிக் குடுக்க ஆரம்பிச்சாங்க. எங்க ஊருல ஒரே ஒரு பள்ளிக்கூடம்தான். வேதக்கோயில் காம்பவுண்டுக் குள்ள இருந்திச்சு. அந்த ஸ்கூல்ல எல்லா டீச்சர்களும் வேதக்காரங்கதான். ஹெட்மாஸ்டர் எங்க வீட்டுக்கு வந்து, என்னை அவரோட மடியிலே உக்கார வச்சு, தாம்பாளத்துல பரப்பி இருந்த பச்சரிசியிலே என் விரலைப் புடிச்சு எழுதினாரு. திருநெல்வேலியிலேருந்து மூக்காண்டி மாமா, அத்தை எல்லாம் அன்னைக்கு வந்திருந்தாங்க. மூக்காண்டி மாமா எப்பவும் ஜிப்பாதான் போடுவா. அந்த அஞ்சு வயசுல நடந்தது இன்னைக்கும் ஞாபகம் இருக்குது. புதுமைப்பித்தனோட ஜிப்பா போட்ட படத்தப் பார்க்கும்போது மூக்காண்டி மாமா ஞாபகம்தான் வரும். ஆனா, மூக்காண்டி மாமா கண்ணாடி போட்டிருப்பா.

அவள்

நான் மூணாவது, நாலாவது படிக்கும்போது எனக்கோ, அண்ணனுக்கோ ஒடம்புக்குச் சொக மில்லைன்னா அம்மா பழனியப்ப டாக்டர் கிட்ட தான் கூட்டிட்டுப்போவாள்.சேர்மாதேவிரோட்டுல கண்ணப்பர் டாக்டர் வீட்டுக்கு அடுத்தாப்பல இருந்த வண்டி காடினாவுலதான் பழனியப்ப டாக்டர் இருந்தார். கோட்டு, சூட்டெல்லாம் போட்டுருக்க மாட்டாரு. வேட்டி, பனியனோட உக்காந்திருப்பாரு. என்ன வியாதிக்குன்னு போனாலும் ரெண்டு ரூவா பீசு வாங்குவாரு. அவர் பக்கத்துல இருக்கிற கண்ணாடி அலமாரியில ஏகப்பட்ட சீஸா இருக்கும். டப்பாக்களும் இருக்கும். அதுல இருந்து மாத்தரையோ, தண்ணி மருந்தோ குடுப்பாரு. பழனியப்ப டாக்டர், டாக்டர் இல்லையாம். கம்பவுண்டராம். சம்முகத்து மாமா சொல்லித்தான் தெரியும். ஆனா அவரு மருந்து குடுத்தா கேக்கத்தான் செஞ்சுது.

செம்பகத்து அக்கா வீட்டுல எல்லாம் யாருக்கும் சொகமில்லன்னா தேரடி நாயுடு டாக்டர் கிட்டயோ, இல்ல தெப்பக்கொளத் தெரு சுப்பிரமணிய ஐயர் கிட்டயோதான் காட்டுவாங்க. அவங்க கிட்ட எல்லாம் அஞ்சு ரூவா பீசு. எனக்குத் தெப்பக்கொளத் தெரு டாக்டர் கிட்டயோ, நாயுடு டாக்டர் கிட்டயோதான் காம்பிக்கணும்னு தோணும். ஆனா அம்மை, அஞ்சு ரூவா பீசு குடுக்கணுமேன்னு அவங்க கிட்ட எல்லாம் கூட்டிட்டுப் போக மாட்டாள்.

நான், அண்ணனெல்லாம் படிச்ச பள்ளிக்கூடம் தெக்குப் புதுத்தெருவுல இருந்துச்சு. சம்மந்த மூர்த்தி கோயில் தெருவுல இருந்து பை, தூக்குச் சட்டிய எல்லாம் தூக்கிக்கிட்டு நடந்தேதான் போவோம். ஒம்பது மணிப் பள்ளிக்கூடத்துக்கு எட்டு மணிக்கே வீட்டுல இருந்து பொறப்பட்டுருவோம். சொடல மாடன் கோயில் தெரு முக்குல ஸ்ரீசங்கர் பஸ் கம்பெனி இருந்துச்சு. முன்னால மூக்கு வச்ச பஸ்ஸு. ட்ரைவர் சீட்டுக்குப் பக்கத்துல வெளிப் பக்கமா பஸ் ஒசரத்துக்கு நீளமா, உருண்டையா ஒரு தகரக் கொழல் மாதிரி நிக்கும். அதுக்குள்ள கரியப் போட்டு ஒருத்தன் மிஷினாலே சுத்திக்கிட்டே இருப்பான். நல்ல கணகணன்னு சூடு ஏறுதவரைக்கும் சுத்திக்கிட்டே இருப்பான். அதை எல்லாம் நின்னு வேடிக்கைப் பாத்துட்டுப் பள்ளிக்கூடம் போறதுக்கு நேரம் சரியா இருக்கும். சொடலமாடன் கோயில் தெருவுல இருந்து நல்லபெருமாள் வருவான். அவனும் எங்க கூடச் சேந்துக்கிடுவான்.

வருசா வருசம் காப் பரிச்ச லீவு வுடுததுக்கு முன்னால பள்ளிக்கூடத்துல எக்ஸ்கர்ஷன் கூட்டிட்டுப் போவாங்க. ஒரு வருசம் மணிமுத்தாறுக்குக் கூட்டிட்டுப் போனாங்க. அப்பந்தான் அந்த டேமைக் கட்டிக்கிட்டு இருந்தாங்க. அவ்வளவு நீளமான, ஒசரமான சொவர தளவா மொதலியார் வீட்டுலகூடப் பாத்தது இல்ல. எவ்வளவு நீளம், எவ்வளவு ஒசரம். டேமுக்குக் கீழ ஒரு எடத்துல வாசல் மாதிரி சொவர்ல விட்டுருந்தாங்க. அதுக்குள்ள கூட்டிட்டுப் போனாங்க. அந்தச் சொவருக்குள்ள நீளமா கொகை மாதிரி போயிக்கிட்டே இருக்கு. சைட்ல சொவர்ல இருந்து தண்ணீர் கசிஞ்சுகிட்டே இருந்திச்சு. உள்ள வெளக்கெல்லாம் போட்டுருந்தாங்க.

கல்லடைக்குறிச்சிவரை ரயில்ல போயி, அங்க இருந்து மணிமுத்தாறுக்கு பஸ்ஸுல கூட்டிட்டுப் போனாங்க. சாப்புடுததுக்குப் பொரிகடலை, கொய்யாப் பழம் எல்லாம் குடுத்தாங்க. மத்தியானம்வரை மணிமுத்தாறுல சுத்திட்டு இருந்தோம். ரொம்ப சந்தோஷமா இருந்திச்சு. சாயந்தரம் ஊருக்கு வந்துட்டோம். ஆறாப்புக்கு நான் அப்பர்கிளாப்டன் வந்துட்டேன். அப்பர்கிளாப்டன்ல படிக்கும்போதும் எக்ஸ்கர்ஷன் எல்லாம் கூட்டிட்டுப் போனாங்க. ஒரு வருசம் கொல்லத்துக்குக் கூட்டிட்டுப் போனாங்க. இன்னொரு வருசம் கன்னியாகுமரி, பேச்சிப்பாறை, பெருஞ்சாணி அணைய எல்லாம் பாக்கக் கூட்டிட்டுப் போனாங்க. லிஸி மிஸ் ரொம்ப நல்லவங்க. ரெண்டு ரெண்டு பேராத்தான் வரிசையாப் போகணும்னு எல்லாம் சொல்ல மாட்டாங்க. ஓரமாப் போங்கன்னு மட்டும்

சொல்வாங்க. நாகர்கோயில்ல லட்சுமி டாக்கீஸ்ல எம்.ஜி.ஆர். படம் 'பாசம்' பார்த்தோம்.

சூரிய உதயம் பார்க்கிறதுக்காக முந்தின நாளே கன்னியாகுமரிக்குப் போயிட்டோம். ராத்திரி ஒரு பள்ளிக்கூடத்துல தங்கி இருந்தோம். கடல் காத்து ஜில்லுன்னு வீசிக்கிட்டே இருந்தது. யாரும் போர்வை கொண்டாரலை. தலை தொவட்ட வச்சிருந்த துண்டை எடுத்துப் போத்திக்கிட்டோம். ராத்திரி பூரா காத்துச் சத்தம் ஊ ஊன்னு கேட்டுக்கிட்டே இருந்துச்சு. எப்பம் எக்கர்ஷன் போனாலும் அப்பா, செலவுக்கு வச்சுக்கோன்னு ரெண்டு ருவா குடுப்பா. மீனா வீட்டுல செலவுக்கு அஞ்சு ருவா குடுப்பாங்க. அவ பணக்காரி. அவுஹ அப்பாவுக்கு மேல ரதவீதியில பெரிய ஜவுளிக்கடை எல்லாம் இருக்கு. எல்லாருக்கும் ஐஸ் வாங்கிக் குடுப்பா. எலந்தப்பழ சீசன்ல எலந்தப்பழம் வாங்கித் தருவா. ஆனா அவளுக்குப் படிப்புதான் வரலை. என்ன செய்ய?

அப்பர் கிளாப்டன் போனதும் அப்பா ஒரு பேனா வாங்கிக் குடுத்தா. அது சேம்பியன் பேனா. ரோஸ் கலர்ல இருந்திச்சு. மீனா பைலட் பேனா வச்சிருந்தா. அது ரொம்ப வெலை ஜாஸ்தி. அர்ச்சனா சேட்டு வீட்டுப் பொண்ணு. அவளும் பைலட் பேனா வச்சிருந்தா. இப்போ பைலட் பேனாவெல்லாம் ஒண்ணுமில்லாமேப் போயிட்டுது. என்னென்ன பேனாவெல்லாமோ வந்துட்டுது. ரவி, கீதா எல்லாம் யூஸ் பண்ணுத பேனாவெல்லாம் ஏகப்பட்ட வெலை. அப்பம் எல்லாம் பௌண்டன் பேனாதான் உண்டு. பால்பாயிண்ட் எல்லாம் வரலை. நான் வச்சிருந்த சேம்பியன் பேனா கீழ விழுந்து நெக் கட்டை உடைஞ்சிட்டுது. கசிய ஆரம்பிச்சிட்டுது. வெரல் எல்லாம் மை ஆயிரும். அதைக் கழுவதுக்குள்ள போதும்போதும்னு ஆயிரும். அரைப் பரிச்ச சமயத்துல அப்பா ஸ்வான் பேனா வாங்கிக் குடுத்தா. அதை ரொம்பப் பத்தரமா வச்சிருந்தேன்.

நான் ஏழாவது வரும்போது சம்மந்த மூர்த்தி கோயில் தெருவுல இருந்து தெக்குப் புதுத்தெருவுக்கு வந்துட்டோம். ஸ்கூலுக்கு ரொம்பப் பக்கம். அண்ணனுக்கு என்னைய விடப் பக்கம். தெக்குப் புதுத் தெரு வீட்டப் பாத்துவச்சது சேரகொளம் பண்ணையார் மாமா. அப்பாவுக்கு அவுஹ ரொம்ப பெரண்டு. அந்த வீட்டு ஆச்சி, அத்தை எல்லாம் ரொம்பப் பிரியமா இருப்பாங்க. எங்களுக்கு அவங்கப் பாத்து வச்ச வீடு, சித்தி வளாகத்துக்கு எதிர்ல இருந்தவீடு. நாரத்தை மரத்து ஆச்சி வீடுன்னு சொல்வாங்க. எங்க வீட்டுல இருந்து ஆறாவது வீடுதான் பண்ணையார் மாமா வீடு. வீடு வசதியாத்தான் இருந்திச்சு. ஆனா வீட்டு வாசல்ல இருந்த முருங்க மரத்துல

சடைசடையா முசுக்கட்டான் பூச்சி இருந்திச்சு. தார்சாவுக் கெல்லாம் வந்துரும். பண்ணையார் மாமா வீட்டு அத்தை, ஆச்சிகூட நானும் அண்ணனும் ராயல்ல 'அலிபாபாவும் நாற்பது திருடர்களும்' படம் போய்ப் பார்த்தோம். செகண்ட் ஷோவுக்குக் கூட்டிட்டுப் போயிருந்தாங்க. எங்க ரெண்டு பேருக்கும் இண்டர்வெல்ல அந்த அத்தை முறுக்கு எல்லாம் வாங்கிக் குடுத்தாங்க. இண்டர்வெலுக்கு அப்பறம் எனக்குத் தூக்கம் வந்துட்டுது. அந்த ஆச்சி மடியிலயே தூங்கிட்டேன்.

எங்க வீட்டுக்குப் பின்னால வாய்க்கால் ஓடும். வாய்க்கால ஒட்டி இருந்த குச்சு வீட்டுலதான் லெச்சுமி அக்காவும், அக்காவோட அப்பா அந்தத் தாத்தாவும், சுலைமான் அண்ணனும் இருந்தாங்க. லெச்சுமி அக்காவும் சுலைமான் அண்ணனும் கல்யாணம் ஆனதுல இருந்து அந்தக் குச்சுலதான் இருக்காங்க. அவங்களுக்குப் புள்ள இல்ல. சுலைமான் அண்ணனும் அந்த அக்கா மாதிரி நல்ல செவப்பு. அந்த அண்ணன், வாகையடி முக்குப் பக்கத்துல சைக்கிள் கடை வச்சிருந்துது. அந்த வீட்டுத் தாத்தா, லெச்சுமி அக்கா, அந்த அண்ணன் எல்லாருமே ரொம்பப் பிரியமா இருப்பாங்க. சுலைமான் அண்ணன் வாறதும் தெரியாது, போறதும் தெரியாது. அந்த அண்ணனுக்குத் தலைமுடி சுருள்சுருளா இருக்கும். அந்த அக்கா கூடத்தான் நாங்க ரத்னா டாக்கீல்ல ஜனக்ஜனக் பாயல் பாஜே படம் பார்த்தோம். கலர் படம். அதுவும் ரெண்டாம் ப்ளேக்குத்தான் போயிருந்தோம்.

அப்பந்தான் பரமசிவத்து மாமா கொழும்புல இருந்து வந்திருந்தா. பெரியாச்சியோட ரெண்டாவது மகன்தான் பரமசிவத்து மாமா. பரமசிவத்து மாமாவோட அண்ணன்தான் லெட்சுமணப் பிள்ள மாமா. சேர்மாதேவி ரோட்டுல சொடலமாடன் கோயில் தெருவுக்கு எதிர்த்தாப்ல சட்டி பானைக் கடை போட்டிருந்தா பெரிய மாமா. எப்பமும் கதர் வேட்டிதான் கட்டுவா. பரமசிவத்து மாமா கொழும்புல இருந்து ஒரு பெரிய பொட்டி கொண்டுட்டு வந்துருந்தா. அந்தப் பொட்டிக்கு துணியில உறை எல்லாம் போட்டுருந்துது. பொட்டிக்கு ஒறை போட்டுருந்ததை அப்பந்தான் மொத மொதலாப் பாக்கேன். அந்தப் பொட்டியத் தொறந்தாலே தாழம்பூ வாசனை அடிக்கும். பரமசிவத்து மாமா ஜிப்பாதான் போடுவா. கொழும்பிலிருந்து பிஸ்கட் பாக்கெட், சில்க் துணி, வாச்சு எல்லாம் கொண்டுட்டு வந்திருந்தா. சம்மந்த மூர்த்தி கோயில் தெருவுல இருந்தப்போ ரெங்கூன்ல இருந்து ராசத்து அத்தை வீட்டு மாமா வந்திருந்தப்பவும் இப்படித்தான், சில்க் துணி, சந்தனக்கட்டை, பிஸ்கோத்து எல்லாம் கொண்டுட்டு வந்திருந்தா. அவுஹ பொட்டியில பௌடர் வாசனை அடிக்கும்.

செவாமி அத்தை வீட்டுக்குத் தேர் பாக்கும்போது போயிருக்கேன். எப்பம் போனாலும் செவாமி அத்தை தோசைக்கி அரைச்சுக்கிட்டு இருப்பா, இல்லன்னா வடைக்கி அரைச்சுக்கிட்டு இருப்பா. அவுஹ வீட்டுல காலையில இட்லி யாவாரம். சாயந்தரம் வடை யாவாரம். செவாமி அத்தை ரொம்ப அழகா இருப்பா. அவ மாவு அரைக்கும்போது கையில போட்டுருக்க கண்ணாடி வளையல் சத்தத்தைக் கேக்க ரெம்ப சந்தோஷமா இருக்கும். செவாமி அத்தைக்கும் பரமசிவத்து மாமாவுக்கும்தான் கல்யாணம் நடந்துது. மாமா வீட்டுக்கு அத்தை வந்த பெறகு பெரியாச்சியே வீட்டு வேலய எல்லாம் பாத்ததால, அத்தை சிலோன் ரேடியோ கேட்டுக்கிட்டே இருந்தாப் போதும்னு ஆயிட்டுது. பவானி அக்கா மாதிரி, சொன்ன சொல்லை மறந்திடலாமா பாட்டை செவாமி அத்தையும் முணுமுணுத்துக்கிட்டே இருப்பா. அந்தப் பாட்டை எப்பம் கேட்டாலும் நல்லாத்தான் இருக்கும். செல நாள் ஜெயா டி.வி. தேன் கிண்ணத்துல அந்தப் பாட்டைப் போடுவான். இப்பம் கேட்டாலும் நல்லாத்தான் இருக்கு. அத்தையும், மாமாவும் ஒரு பக்கம் சீரியல் எல்லாம் பாத்தாலும், பழய சினிமாப் பாட்டையும் விடாமே கேப்பாங்க. மாமாவுக்கு ‘ஹரிதாஸ்’ படப் பாட்டுன்னா உசுரு. அத்தைக்கு எம்.எஸ். பாட்டு ரொம்பப் புடிக்கும். ‘காற்றினிலே வரும் கீதம்’ டி.வி. யில எப்பமாவது போடுவான். அப்பிடியே செல மாதிரி உக்காந்துருவாங்க அத்தை. ரவியோட அப்பாவுடைய ப்ரண்டு அந்த கௌஸல்யாகூட எம்.எஸ்.ஸோட ஃபேன்தான். அவ இந்தக் காலத்துப் பொண்ணு. அவ எம்.எஸ். கேஸட் பூரா வச்சிருக்கா. சங்கீதத்துக்குக் காலம், வயசு எல்லாம் கெடையாது போல.

அவ நேத்து வந்திருந்தா. யாரோ கோடாடுன்னு ஒரு டைரக்டர் செத்துப் போயிட்டாருன்னு ரொம்ப வருத்தப்பட்டுப் பேசிக்கிட்டு இருந்தா. நம்ம நாட்டு டைரக்டர் செத்துப் போயிட்ட மாதிரி ரொம்ப ஆத்தாமைப்பட்டா. இவுஹ அப்பாவுக்கும் அவரு செத்துப் போனது சங்கடமாத்தான் இருக்குதுபோல. அவரோட படங்களப் பத்தி ரெண்டு பேரும் ரொம்ப நேரம் பேசிக்கிட்டு இருந்தாங்க. கொஞ்ச நாளைக்கி முன்னாலே ஸ்ரீதர் செத்துப் போனதையும், பாலச்சந்தர் செத்துப் போனதையும் பத்தி நெனச்சுக்கிட்டேன். ஒலகத்துல பொறந்துட்டா சாவுன்னு ஒண்ணு வரத்தானே செய்யும்? எவ்வளவு பெரிய ஆளா இருந்தாலும் செத்துத்தானே போறாங்க? சாவுகிட்ட இருந்து தப்பிக்க முடியுமா?

அவன்

அன்றைக்கு தாயப்பன், "நீ பொன்னியின் செல்வன் பார்க்கலியா"ன்னு கேட்டான். "இல்லே" என்றேன். "ஏன்" என்று கேட்டான். "பார்க்கணும்னு தோணலை."

"நாவல் படிச்சிருக்கியா?"

"படிச்சிருக்கேன். அதனாலேதான் ஏழாவது படிக்கும்போது வாசிச்ச பொன்னியின் செல்வன் அப்படியே, அந்தப் பால்யகால நாள் பாதிப்பு களோட அந்த நாவல் மனசுல இன்னும் இருக்குது. படத்தப் பார்த்து அந்த ஞாபகங்களை அழிச்சுக்கிட விரும்பல. நான் கற்பனை பண்ணி வச்சிருக்கிற வந்தியத்தேவன், பூங்குழலி, ஆழ்வார்க்கடியான், சேந்தன் அமுதன், பழுவேட்டரையர் எல்லாரும் அப்படியே மனசுல இருக்கட்டும்."

"ஏன் படம் நாவல் மாதிரி அமைஞ்சிருக்காதுன்னுதான் படத்தப் பார்க்கப் போகலையா?"

"நாவலோட பிரம்மாண்டம் தனி தாயப்பா. சினிமா அதுக்கு உறை போடக் காணாது... பாஷை மூலமா கல்கி எழுதி உருவாக்கி வச்சிருக்கிற அந்தச் சோழ சாம்ராஜ்யத்தைச் செட்டா, நடிப்பா பார்க்கப் பிரியப்படலை."

"கல்கி இலக்கியவாதியா?"

"இங்லீஷ் டிக்ஸ்னரி அர்த்தப்படி இலக்கியம், லிட்ரச்சர்ன்னா விரிந்த அர்த்தம்கொண்டதுதான்.

நாடோடிப் பாட்டுக்கூட லிட்ரச்சர்தான். ஆனா இன்னைக்கித் தமிழ் இலக்கியம்ன்னா சில எழுத்தாளங்க, கவிஞர்கள் எழுதுறதுதான் இலக்கியம்னு குறுகிப் போயிருக்கு. இதுபடிப் பார்த்தா கல்கி இலக்கியவாதி இல்லே... ”

“ஒனக்கு இதுல வருத்தமா?”

“அதெல்லாம் ஒண்ணுமில்ல...”

“புதுமைப்பித்தனுக்கும் கல்கிக்கும் பிடிக்காதாம் இல்ல? தெரியுமா?”

“ஆமா... புதுமைப்பித்தன், கல்கிய ஏத்துக்கலை. அவர் ‘மணிக்கொடி’ பரம்பரையிலே வந்தவர். ‘மணிக்கொடி’ எழுத்தாளர்களுக்கு இலக்கியத்தைப் பற்றித் தனிப் பார்வை இருந்திருக்கு. அவங்க அளவுகோலுக்குள்ள கல்கி எல்லாம் வர மாட்டார்.”

“ஆனா ஒனக்குக் கல்கியப் பிடிக்குதே...” என்று இடித்துக் காட்டுவது போல் கேட்டான் தாயப்பன்.

‘சோ’வுக்குத் தேவனைத்தான் ரொம்பப் புடிக்கும். ஆனா எனக்குக் கல்கிய அவருடைய பன்முகப்பட்ட எழுத்துக்காகப் புடிக்கும். வெர்ஸட்டைலா, நகைக்சுவை உள்பட எல்லா மாதிரியாவும் கல்கி எழுதியிருக்கார். ஜர்னலிஸ்ட்ன்னு பார்த்தா தேவனைவிட கல்கிதான் திறமையான ஜர்னலிஸ்ட். அரசியல் தலையங்கங்கள், தொடர்கதைகள் தவிர, கர்நாடகம் என்ற பேருல சங்கீத விமர்சனம் எல்லாம் எழுதியிருக்கிறார். ஜெயிலுக்குப் போனதைக் கேலி, கிண்டலோட தொடர் கட்டுரையா கல்கி எழுதியிருக்கார். தமிழ் இசையை ஆதரிச்சு இயக்கமெல்லாம் நடத்தியிருக்கார். பாரதியாருக்கு எட்டயபுரத்துல மண்டபம் கட்டுறதுக்கு ரொம்ப முயற்சி எல்லாம் எடுத்திருக்கார்...”

“தேவனோட அளவுக்கு கல்கிக்கு ஹியூமர் வருமா?”

“வராதுதான்.”

“இலக்கியத்திலே நகைச்சுவை எழுத்துக்கு ஏன் இடமில்லாமேப் போயிட்டுது?”

“எல்லா நாடுகளோட இலக்கியத்திலேயும் நகைச்சுவை எழுத்து, இலக்கியமா மதிக்கப்படலைதான். புதுமைப்பித்த னுடைய கதைகளிலே குத்தல், எள்ளல் இந்த மாதிரிதான்

இருக்கு. நகைச்சுவை இல்லே. இலக்கியம்னா சீரியஸாத்தான் எழுதணும். எழுத்தை, எழுதுறதை புதுமைப்பித்தன், 'சோகக் கதை என்றால் சோடி ரெண்டு ரூபா, காதல் கதை என்றால் கை நிறையத் தர வேண்டும்'னு கிண்டல் பண்ணியிருக்கிறார்."

"கிண்டல், கேலி பண்றது ரொம்பக் கஷ்டம்தான். சினிமாவிலே காமெடி சீன் எல்லாம் வருது. இங்லீஷ்லே சார்லி சாப்ளின், லாரல்ஹார்ட்டி, ஜெர்ரி லூயிஸ், மிஸ்டர் பீன்ல நடிக்கிற ரோவன் அட்கின்சன், தமிழில் என்.எஸ்.கே. காலத்திலே இருந்து இன்றைய சூரிவரை நகைச்சுவைக் காட்சிகள் எழுதப்படுகின்றன. ஆனால் நகைச்சுவை நாவல்கள் இல்லை" என்றான் தாயப்பன்.

"முப்பது, நாற்பதுகள்ள எழுதின எஸ்.வி.வி.யோட பல சிறுகதைகள் நகைச்சுவைக் கதைகள். ஆனால் அவருடைய நாவல்களிலே சிறுகதை அளவுக்கு ஹியூமர் இல்லை. தேவனின் 'ராஜத்தின் மனோரத'த்தில் ஓரளவு நகைச்சுவை இருக்கு. சினிமாவிலே அந்தக்கால 'சபாபதி', ஸ்ரீதரோட 'காதலிக்க நேரமில்லை' மாதிரி சில காமெடிப் படங்கள் இருக்கு."

"பத்திரிகைகளில் கார்ட்டூன்களில் கிண்டல் இருக்கு. முன்னாலே அமெரிக்காவிலே இருந்து 'மேட்'ன்னு ஒரு கிண்டல் பத்திரிகை வரும். இந்த மேட் பெங்களூரிலே இருந்துகூட வந்திருக்கு. இப்போ வர்றதாத் தெரியலை. டிஸ்னியோட கார்ட்டூன் படங்கள் மாதிரி இங்லீஷ்லே சில இருக்குது. கர்ட் வனா கர்ட்ங்கிற அமெரிக்க எழுத்தாளர் 'ப்ளாக் ஹூமர்' நாவல்கள் மாதிரி எழுதியிருக்கார்."

"ஆமா படிச்சிருக்கேன்" கால் வலிக்காக ஆர்த்தோ செருப்புப் போடுவது ஞாபகத்துக்கு வந்தது. உலகத்திலே என்னென்ன மோசடி எல்லாமோ நடக்குது. அதில் இந்த ஆர்த்தோ செருப்பும் ஒண்ணு.

1950–லே இருந்து 1980வரைக்கும், ஏன் ஈ.வெ.ரா. பெரியார் இறக்கிற வரைக்கும்கூட, அவர் கடவுள் மறுப்பு பற்றித்தான் பேசிக்கிட்டிருந்தாரு. முதல்லே பிராமண எதிர்ப்ப பேசியிருக்காரு. ஆனா தாழ்த்தப்பட்டவங்களுக்கு ஆதரவா அவர் பேசினதே இல்லைன்னு தலித் எழுத்தாளர் வெங்கடேசன்னு ஒருத்தர் ஆதாரத்தோட எழுதியிருக்காரு. ஆனா இப்போ திருமாவளவன் பெரியாரை சமூகநீதிக் காப்பாளர்ன்னு சொல்லுதாரு.

தி.மு.க.வும் சமூகநீதியையும் பெரியாரையும் முடிச்சுப் போட்டுப் பேசுறது. 1980 வரைக்கும்கூட சமூகநீதிங்கிற

சொல்லாடல் தமிழ்நாட்டிலே இல்லை. இதெல்லாம் புதுசா இருக்கு.

கடவுள் மறுப்புங்கிறதுகூட பிற மதக்கடவுள்களைப் பற்றி அவர் பேசலை. ஹிந்துக் கடவுள்கள், புராணங்களை எதிர்த்துதான் அதிகமாப் பேசியிருக்கிறாருன்னு தீவிர ஹிந்து ஆதரவாளர்கள் சொல்றாங்க. கடவுள் நம்பிக்கை, பக்தி உள்ள ஹிந்து, யார் என்ன சொன்னாலும் தனது வழிபாட்டை நிறுத்தமாட்டான். ஏற்கெனவே நான் சொன்ன மாதிரி, பெரியார் மண் அப்படி இப்படின்னெல்லாம் தமிழ்நாட்டைச் சொல்றாங்க, ஆனா திருச்செந்தூர், மதுரை, பழனின்னு எந்த ஊர்ல பார்த்தாலும் கோயில்களிலே கோயில் திருவிழாக்களிலே லட்சக்கணக்கிலே கூடறாங்க. திருப்பதியிலே தரிசனம் செய்ய முப்பது மணி நேரம் ஆகுதுங்கிறாங்க. திருவண்ணாமலையிலே கிரிவலம் பெருசா நடக்குது.

"ஆனா 2021–லே பெரியாரை ஆதரிக்கிற தி.மு.கவைத்தான் தமிழ்நாட்டை ஆள ஜனங்க தேர்ந்தெடுக்கிறாங்க"ன்னு என்னோட பத்திரிகையிலே வேலை பார்க்கிற சண்முகம் சொன்னான். தமிழ்நாட்டிலே ஜனங்க தி.மு.க.வுக்கோ, அ.தி.மு.க.வுக்கோ தான் மாறி மாறி ஓட்டுப் போட்டுட்டு வாராங்க. தி.மு.க.வை, கடவுள் நம்பிக்கை இல்லாதவங்க தலைவரா இருக்கிற கட்சி'ன்னு ஜனங்க நெனைக்கிறது இல்லை. அ.தி.மு.க. ஊழல் அதிகமாகிப் போச்சுன்னு மீடியா சொல்றது, தி.மு.க. சொல்றது எடுபட்டுச்சுன்னா தி.மு.க.வுக்கு ஓட்டுப் போடுதாங்க. தி.மு.க. சரியில்லேன்னு நெனச்சா அ.தி.மு.க. பக்கம் போறாங்க. இதுதான் நடக்குது. தேசியக் கட்சி, பிராந்தியக் கட்சிங்கிற சிந்தனை எல்லாம் தமிழ்நாட்டிலே எலைட், சிறுபான்மை மத்தியதரவர்க்கத்துக் கிட்டேதான் இருக்குது. பெரும்பான்மையான ஜனங்க தி.மு.க.வையோ, அ.தி.மு.க.வையோ தேசிய சிந்தனை இல்லாத, வெறும் பிராந்தியக் கட்சின்னு பார்க்கிறதில்லை. அதிகபட்சமா அறுபது, அறுபத்தஞ்சு சதவீத ஓட்டுதான் விழுது. மீதிப் பேர் என்ன நெனைக்கிறாங்கன்னு தெரியலை.

அதுவும் தவிர, அணை மாதிரி பெரிய கட்டடங் கட்டுற வேலை எல்லாம் முடிஞ்சுபோச்சு. பெரிய அணைகள் எல்லாம் கட்டி முடிச்சாச்சு. பெரிய கட்டட வேலைன்னா கல்லூரிகள், கவர்மெண்ட் ஆபீசுகள் கட்டுறதுதான். இது தவிர ரோடு போடுறது வருஷம் பூரா நடக்க வேண்டிய வேலை. சில ஊர்கள்லே தண்ணீர் வசதி வேணும். இந்த மாதிரி வேலைகள் தான் இப்போ இருக்கு. இதில் எந்த கவர்மெண்ட வந்தாலும், காண்ட்ராக்டர் பத்து பர்ஸண்ட்னு, அவங்களாவே

அரசியல்வாதியத் தேடி வந்து குடுத்திடுதாங்க. புதுசா ஏதாவது கம்பெனி ஆரம்பிச்சாலும் இந்தப் பர்ஸண்டேஜ் மந்திரி, கட்சி, அதிகாரிகளுக்குப் போயிரும். சென்ட்ரல் கவர்மெண்ட்ல வேணும்னா இது கம்மியா இருக்கும். மாநில அரசுகள்ள இதுதான் நெலவரம்.

அரசியல் நல்ல பிஸினஸ்ன்னு யாரும் புதுசாச் சொல்ல வேண்டியதில்லை. எம்.எல்.ஏ., எம்.பி. ஆனா பென்ஷன் எல்லாம் வரும். மந்திரியா இருந்தா கேக்கவே வேண்டாம். மீடியாக்காரங்கதான் ஊழல், நேர்மை, நாணயம்னு பேசி, எழுதிக்கிட்டு இருப்பாங்க. இதை எல்லாம் ஜனங்களும் கண்டுக்கிடுதது இல்ல, அரசியல்வாதிகள், அரசு ஊழியர்களும் கண்டுக்கிடுதது இல்ல. இதெல்லாம் வாழ்க்கைமொறையாவே ஆயிப் போச்சு. அரசியல்ல காமராஜர், லால்பகதூர் சாஸ்திரி, கக்கன், அண்ணாதுரை, நல்லக்கண்ணு மாதிரி ரொம்பச் சில பேரு நேர்மையா இருந்திருக்காங்க. மற்றபடி வார்டு கௌன்ஸிலர்கூட கோடீஸ்வரர்தான்.

கட்சி நடத்த, தேர்தல் செலவுக்கு ஏகப்பட்ட பணம் வேணும். ஒரு தெருமுனையில கூட்டம் போடணும்னாக் கூட லட்சக்கணக்கிலே பணம் செலவாகும். ஒலகத்துல பணம் இல்லாமே செத்த பொணத்தை எரிக்கக்கூட முடியாது. பொறப்பு முதல் இறப்புவரை பணம் தேவைன்னு ஆயிட்ட பெறவு எது பணமில்லாமே முடியும்? கடவுள் வந்தாருன்னா, ஒலகத்துல வாழ அவருக்குக்கூடப் பணம் வேணும். பணம் இல்லாதவன் பொணம்ன்னு சும்மாவா சொல்லியிருக்காங்க?

தொறவறம் பூண்டு சாமியாராப் போனாக்கூடக் காவி வேட்டிக்கும், சோத்துக்கும் பணம் இல்லாமே முடியாது. இந்தக் காலத்துலே கார்ப்பொரேட் சாமியாருங்கிறாங்க. நாடு பூரா ஏகப்பட்ட ஆசரமங்கள் பெருத்துக் கெடக்கு. நூத்துக்கணக்கான ஏக்கரா நெலங்களை வளைச்சுப் போட்டு, பிரம்மாண்டமா கட்டடங்களைக் கட்டி ஆசரமங்கள நடத்துதாங்கன்னா சும்மாவா? எத்தனை கோடி முதலீடு பண்ணியிருப்பாங்க. தியானம், யோகான்னு பைத்தியக்கார ஜனங்களை வளைச்சுப் போடுதாங்க. ஏள–பாள தெருவுல இருக்க பிள்ளையாரைக் கும்புட்டுட்டு வேலைக்குப் போயிருவான். ஆனா கொஞ்சம் வசதியா இருக்கிறவன் ஆன்மீகம், யோகான்னு செலவளிக்கத் தயாரா இருக்கான். காசி, பத்ரிநாத், கேதார்நாத் போறது, மெக்கா போறது, ஜெருசலேம் போறதெல்லாம் யாராலே முடியும்? கையிலே ஐவேசு இருந்தாத்தான் இதெல்லாம் முடியும். ஐவேசு இருந்தாத்தான் ஜக்கி வாசுதேவ் பின்னாலேயும்,

ஸ்ரீரவிசங்கர் பின்னாலேயும் போக முடியும். இல்லாதவன் முத்தாரம்மன் கோயில் பூசாரி குடுக்க கயத்தைக் கையிலே கட்டிக்கிட்டுப் பொழப்பப் பாக்க வேண்டியதுதான். துட்டுக்குத் தகுந்த தோசங்கிற மாதிரி, துட்டுக்குத் தகுந்த கடவுள், நம்பிக்கை, ஆன்மீகம் எல்லாந்தான்.

ஒலகத்திலே எல்லாமே கணக்குத்தான். நாழி அப்பும் நாழி உப்பும் நாழியானவாறு போலன்னு சிவவாக்கியர் சொல்லுதாரு. சூரியன், பூமி, இந்தக் கெரகங்கள் எல்லாமே ஏதோ ஒரு கணக்குலதான் சுத்திக்கிட்டு இருக்கு. வேகம் கூடினாலும் போச்சு; வேகம் கொறைஞ்சாலும் போச்சு. ஒடம்புச்சூடு கூடிரவும் கூடாது; கொறைஞ்சிரவும் கூடாது. இந்த மாதிரித்தான், எல்லாமே கணக்குதான்.

அவள்

ரவிக்கு அடுத்த வாரம் பரிச்சை இருக்கிறது. எங்கிருந்தோ ஜலதோஷத்தை இழுத்துக்கொண்டு வந்திருந்தான். அச்சு, அச்சு என்று தும்மலும் போட்டுத்தள்ளினான். ரெண்டு நாளைக்கு முன்னால் பக்கத்து வீட்டு மாமி கேட்டது. "என்ன ராத்திரி ரொம்ப நேரம் வெளக்கு எரியறதே" என்று என்கிட்டேதான் கேட்டது. மாமி ஒன்றும் புது மனுஷி இல்லை. பதினெட்டு வருஷப் பழக்கம். எந்த நேரம் கதவைத் தட்டுவாங்கன்னு சொல்ல முடியாது. ரொம்ப யதேச்சையா கதவைத் தட்டும் அல்லது காலிங்பெல்லை அடிக்கும். கதவைத் திறந்தால், "என்ன பண்ணிண்டிருக்கே?" என்று கேட்கும். மகன் பம்பாயில் இருக்கிறார். மருமகள் ஆபீஸுக்குப் போய்விட்டால் மாமிக்குப் பொழுதே போகாது. ஏதாவது புராணக் கதை, பாரதக் கதை என்று எதையாவது படித்துக்கொண்டிருக்கும். அது அலுத்துப்போனால் என்கிட்டே பேச வந்துரும். அப்படித்தான் அன்னைக்கி, ராத்திரி ரவி ஹாலில் விளக்குப் போட்டுப் படிப்பதைப் பற்றிக் கேட்டது. நான் "ரவிக்குப் பரிச்சை வருது. அதுதான் படிக்கிறான்" என்றேன். "இப்போ என்ன பரிச்சை?" "ஏதோ மிட்டேர்ம் டெஸ்டாம் மாமி," "மிட்டேமுக்கா இப்பிடி விளுந்துவிளுந்து படிக்கறான்?" எனக்கு என்ன சொல்றதுன்னு தெரியலை. சிரித்தேன். "மிட்டேமுக்கா இப்பிடி விளுந்துவிளுந்து படிக்கறான்"னு மாமி கேட்டது அத்தையின் காதில் விழுந்துவிட்டது.

அத்தைக்கு மாமியைப் புடிக்காது. அவ நாக்கு தீ நாக்கு. கண்ணு தீக்கண்ணு. கண்ணு போட்டாப் போச்சுன்னு அத்தை மாமியைப் பத்திச் சொல்லுவாங்க. எனக்கும் சமயாசமயத்துல அத்தை சொல்லுதது சரியோன்னு தோணும். எங்க வீட்டுல என்ன நடக்குன்னு தெரிஞ்சுக்கிடுததுல்ல மாமிக்கு ரொம்ப ஆர்வம். யாரும் வீட்டுக்கு வந்துட்டுப் போனா கூப்புட்டு வச்சு விசாரிக்கும். யாரு, எந்த ஊருன்னு துருவித்துருவி விசாரிக்கும். இதையெல்லாம் கேட்டு அதுக்கு ஒண்ணும் ஆகப் போறதில்ல. ஆனா ஆர்வக் கோளாறும்பாங்களே... அந்த ரகம் மாமி. அதுக்கு நேரம் போகலை. ஏதோ பேசுதுன்னு விட்டுருவேன். ஆனா அத்தைக்கி மாமியக் கண்டா அறவே ஆகாது. அன்னைக்கு ராத்திரி ஏன் ரொம்ப நேரம் வீட்டுல வெளக்கு எரியிதுன்னு மாமி கேட்ட ரெண்டு நாள் கழிச்சு ரவிக்கு ஜலதோஷம் பிடிச்சு, தும்மலா விளுந்து படிக்க முடியாமே போச்சு. ஒடனே அத்தை ரவிக்கு ஒடம்பு படுத்துததுக்குக் காரணம் அன்னைக்கி மாமி கேட்டதுதான்னு சொல்லி, கற்பூரத்தை எடுத்து ரவிக்குத் திருஷ்டி சுத்திப்போடுன்னு சொன்னாங்க.

அத்தை சொன்ன மாதிரியே ரவிக்குக் கற்பூரம் சுத்திப் போட்டேன். அப்பறமும் ஒரு ரெண்டு நாள் ஜலதோஷம் இருந்துது. அத்தை எல்லாரையும் குடும்பத்தோட ராத்திரி தூங்கப் போறதுக்கு முன்னாலே நிறுத்தி வச்சு சுத்திப் போடுவாங்க. சில நாள் மொளகா வத்தலும் உப்பும் சுத்திப் போடுவாங்க. மனுஷங்களுக்கு நம்ம ஒடம்பப் பாதிக்கிற அளவுக்குச் சக்தி இருக்கான்னு கீதா அத்தை கிட்டே கேப்பா. “ஒனக்கு என்ன தெரியும்? நீ சின்னப் புள்ள”ன்னு சொல்லி அத்தை அவளப் பேச விடாமச் செஞ்சிருவாங்க. மாமாவுக்கு இதுல எல்லாம் நம்பிக்க கெடையாது. இவங்க அப்பா மாதிரிதான்.

திருநவேலியில, நான் சின்னப் பிள்ளையா இருந்தப்போ எங்க அம்மைக்கி இந்த நம்பிக்கை எல்லாம் இருந்திச்சு. தெக்கு வளவு சங்கரம் பிள்ளப் பெரியப்பா வீட்டை விட்டு வெளியில கெளம்புனா சகுனம் பாக்காமக் கெளம்ப மாட்டா. காக்கா இடமிருந்து வலம் போனாத்தான் தெருவுல எறங்குவா பெரியப்பா. வெள்ளச் சேலை கட்டுன தாலியறுத்த பொம்பள தெருவுல போனா, எதிர்த்தாப்பல பெரியப்பா போக மாட்டா. பெரியப்பாக்கு ரெண்டும் ஆம்பளப் பிள்ளைகதான். ஏதாவது நல்ல காரியத்துக்காகக் கெளம்பினா, அவுஹ வளவுல இருக்க செம்பகத்தக்காவைக் கூப்பிட்டு, தான் வீட்ட விட்டுக் கெளம்பும்போது எதுத்தாப்பல வரச் சொல்லுவா. செம்பகத்தக்கா, சமஞ்சு வீட்டுல இருந்தா. ஒரு

நல்ல காரியத்துக்குப் போகும்போது, சமஞ்ச பொண்ணு எதிர்த்தாப்புல வந்தா நல்லதாம். எதிர்த்தாப்பல ஐயர் யாராவது வந்தாலும் பெரியப்பா போக மாட்டா. எங்க அம்ம ராத்திரி யாரும் பாலு, மோரு கேட்டா குடுக்க மாட்டா. அதை எல்லாம் ராத்திரி கடன் குடுக்கக் கூடாதாம். சுமங்கலி தண்ணிக் கொடத்தோட எதிரே வந்தால் நல்ல சகுனமாம். பால்காரார் செவ்வாக் கெழமையோ, வெள்ளிக் கெழமையோ பால் காசு வாங்க வந்தா அம்ம பணம் குடுக்க மாட்டா. வெள்ளி, செவ்வாயில யாருக்கும் துட்டு, பணம் குடுக்கக் கூடாதாம். இந்த மாதிரி ராகுகாலம், சூலைன்னு ஆயிரத்தெட்டுக் கட்டுப்பாடு. இதை எல்லாம் இந்தக் காலத்துல நேரம் காலம்னு பார்த்துக்கிட்டு இருக்க முடியுமா? எட்டுல இருந்து ஒம்பதரை மணிவரை ராகுகாலம்னா, அந்த நேரத்துல ஒலகமே ஸ்தம்பிச்சா போக முடியும்? தெக்க சூலம், வடக்க சூலங்கிறாங்க. அன்னைக்கி அந்தத் தெசைகள்ள காரு, ரயில், பஸ் எல்லாம் போகாமலா இருக்க முடியும்? ஏதோ நல்லது, பொல்லாததுக்கு நேரங்காலம் பாக்க வேண்டியதுதான். அதுக்காகப் பொழுதன்னைக்கியும் பஞ்சாங்கத்தைப் பாத்துக்கிட்டு ஒலகத்துல வாழ முடியுமா?

நல்லா ஞாபகம் இருக்கு. நான் நாலாவது படிக்கிறபோது எங்க ஊருக்குப் போயிருந்தேன். அப்பம் ஊர்ல அம்மங் கோயில்ல கொடை நடந்துச்சு. கொடை அன்னைக்கி ராத்திரி சாமக் கொடை பாக்க வீட்டுல பெரிய ஆட்கள் எல்லாம் போனாங்க. அண்ணனையும் என்னையும் பொம்பளை ஆட்களையும் சாமக் கொட பாக்கக் கூட்டிட்டுப் போகலை. சாமியாடி வேட்டைக்குப் போவாராம். அதை எல்லாம் சின்னப் பிள்ளைக பாக்கக் கூடாதாம். பயந்துருவோமாம். நானும் சாமக் கொடன்னா என்னமோ ஏதோன்னு பயந்து போயிருந்தேன். ஆனா, அண்ணன் பெரியவனா ஆன பெறவு அதையெல்லாம் பாத்துட்டு வந்து "அதெல்லாம் ஒண்ணுமில்ல. சாமி கொண்டாடி ஆள் நடமாட்டம் இல்லாத எடத்துல, இருட்டுல போயி ஏதோ கொஞ்ச நேரம் நின்னு ஏதோ செஞ்சுட்டு வாராரு. அப்பம் அவருக்கு எதிர்க்கப் போனா சாமி அடிச்சிரும், சாமி குத்தம்னு சொல்லுதாங்க. இதத்தான் சாமி வேட்டைக்குப் போகுதுன்னு சொல்றாங்க"ன்னு அண்ணன் சொன்னான்.

சபரிமலைக்கிப் போறாங்க. மகர ஜோதி பாக்கப் போறாங்க. எதிர்த்த மலை உச்சியில ஆட்கள், ஜோதி தெரிய வேண்டிய அந்தக் கருக்கல் நேரத்துல, தீப்பந்தத்தைக் கொழுத்திக் காட்டுதாங்க. அந்த இருட்டுல ஆட்கள் இருக்கது தெரியாது. அந்த நெருப்பத்தான் மகர ஜோதின்னு சொல்லுதாங்கன்னு இவங்க அப்பா சொல்லுதாங்க. மகர ஜோதி அன்னைக்கி

எதிர்த்த மலையில என்ன நடக்குன்னு ஆட்கள் போயிப் பாத்திருக்காங்க. அங்க போயிப் பாத்தா இதுதான் நடந்திருக்கு. கடவுள் நம்பிக்கையை வளர்க்கிறதுக்காக, நம்பிக்கை ஏற்படுகிறதுக்காக இதெல்லாம் செய்யுதாங்கன்னு ரவியோட அப்பா சொல்லுதாங்க. இது நெசமோ, பொய்யோ? யாரு கண்டது? நமக்கு அடியும் தெரியாது, முடியும் தெரியாது. ஒலகத்துல ஒவ்வொன்னையும் பலவிதமாச் சொல்லுதாங்க.

இவுஹ அப்பா, ரவி, கீதாவோட அப்பாதான், ஒவ்வொன்னுக்கும் வியாக்கியானம் சொல்லுத மாதிரி இதுக்கும் சொல்லுதாஹ. ஒலகம் பூரா இந்த மாதிரித்தான் இருக்குங்கிறாஹ. எல்லா மதத்துலயும் அற்புதங்க இருக்கு, நம்ப முடியாத நம்பிக்கைகள் இருக்குங்கிறாஹ. இப்பிடி இருக்கும்போது என்னத்தச் சொல்லக் கெடக்கு? இவுஹகூட வாழ்ந்துவாழ்ந்து, எனக்கே இதுல எல்லாம் ஒரு புடிப்பு இல்லாமப் போச்சு. ஆனா டி.வி.யில செல நேரம் கவர்மெண்டு நடத்துற பங்ஷன்களைக் காட்டுதாங்க. அதுல மந்திரிமார்க, அதிகாரி எல்லாம் குத்து வெளக்கு ஏத்துறாங்க. ஏதோ ஒண்ணு இருக்கப் போயிதான வெளக்கு எல்லாம் ஏத்துதாங்க. கவர்மெண்டு கட்டடத்துக்குப் பூமி பூச எல்லாம் போடுதாங்க. இதை எல்லாம் பாத்தா சடங்கு, சம்பரதாயம் எல்லாம் இருக்கத்தான் செய்யுதுன்னு தோணுது. கவர்மெண்டே நம்புதபோது நாம நம்பக் கூடாதா?

நூத்துக்குத் தொண்ணூறு அரசியல்வாதிகள், மந்திரிமார்கள் கடவுள் நம்பிக்க உள்ளவங்கதான். ரொம்பப் பேரு அத வெளியில காம்பிச்சுக்கிட மாட்டாங்க. அவ்வளவுதான். மந்திமார்க எல்லாம் ரொம்பப் படிச்சவங்க இல்ல. ஜனங்க சப்போர்ட்டுல எம்.எல்.ஏ., எம்.பி., மந்திரின்னு ஆயிருதாங்க. இவங்கள விடப் படிச்ச அதிகாரிக எல்லாம் இவங்ககிட்ட கையக் கட்டி நின்னு வேல செய்யுதாங்க. அதனாலே ஏதோ அதிர்ஷ்டத்தால மந்திரி ஆயிட்டோம்ன்னு நெனைக்கிறாங்க. இந்த அதிர்ஷ்டம் கடவுளாலே நடக்குதுன்னு நெனைக்கிறாங்க. வியாபாரிங் களுக்கு ஒரு நாள் நல்லா வியாவாரம் நடக்கு. ஒரு நாள் டல்லா இருக்கு. இதுக்குக் காரணம் அதிர்ஷ்டம்னுதான் வியாபாரிங்க நெனைக்கிறாங்க. அந்த மாதிரித்தான் அரசியல்வாதிகள், மந்திரிமார்கள் எல்லாம் நெனைக்கிறாங்க. நிச்சயமில்லாத தொழில்ல, வேலையில இருக்கிறவங்க எல்லாரும் கடவுள, அதிர்ஷ்டத்தை நம்புறாங்க. நெரந்தர வருமானம் உள்ளவங்க, இந்த வருமானம் போயிரக் கூடாது, இது நெலைச்சு நிக்கணும்னு சாமி கும்பிடுதாங்க. பயத்துனால

கும்புடுதாங்கன்னு ரவியோட அப்பா வியாக்யானம் சொல்லுதாங்க.

ஆனா, இங்க மெட்ராஸ்ல தீபாவளி ஒண்ணுதான், வெடி எல்லாம் வெடிக்கிறதால பெரிசாத் தெரியுது. திருநவேலியில ஆவணி ஞாயித்துக் கெழமைகள்ள பொங்கல் விடுதது, வைகுண்ட ஏகாதசிக்கி வெரதம் இருந்து பெருமாள் கோயிலுக்கு வளவோட போறது, சிவன் ராத்திரிக்கு முழிப்பு இருக்கிறதுன்னு இந்த மாதிரி சின்னச்சின்ன கொண்டாட்டம் எல்லாம் இருக்கும். பிள்ளையார் சதுர்த்தி, கார்த்தியல் கூடப் பெரிசாத் தெரியும். ஆனா இந்த ஊரிலே எதுவுமே தெரிய மாட்டேங்குது.

அவன்

1957–லிலே சித்தப்பா வீட்டுக்கு ஸ்ரீவைகுண்டம் போயிருந்தேன். காப் பரீச்சை, அரைப் பரீச்சை, அனுவல் எக்ஸாம் எல்லாம் முடிஞ்சதும் அப்பா ஸ்ரீவைகுண்டத்துல கொண்டு போயி என்னை விட்டுருவா. ஸ்ரீவைகுண்டத்துல தாமிரவருணி ஓடுது. வாய்க்காலும் இருக்கு. ஸ்ரீவைகுண்டம் பாலத்துக் கீழே அணை கட்டியிருந்தாங்க. பெரிய வெள்ளம் வந்தாத்தான் அணையைத் தெத்தி தண்ணீ விழும். மத்த நாள்கள்ள பாலத்துக்குக் கீழ ஆறு கொளம் மாதிரித் தேங்கிக் கிடக்கும். பாலத்துக்கு ரெண்டு மொனையிலேயும் வாய்க்கால் வெட்டி விட்டிருந்தாங்க. வாய்க்கால்ல எப்பமும் தண்ணி தொறந்து விட்ருப்பாங்க. சித்தப்பா என்னை வாய்க்காலுக்குத்தான் கூட்டிட்டுப் போவா. எனக்கு மைசூர் சாண்டல் சோப்புப் போட்டுக் குளிப்பாட்டி விடுவா. என்னைக் குளிக்க வச்சு, தலை தொவத்தி கரையில ஏத்தி விட்ட பொறகுதான் சித்தப்பா குளிப்பா.

சித்தப்பா சன்னதித் தெருவுல – தூத்துக்குடி ரோடும் அதுதான் – ஒரு சைக்கிள் கடையில வேல பாத்தா. ‘கருணா சைக்கிள் மார்ட்’ன்னு கட பேரு. அந்தக் கட ஓனர் தி.மு.க.காரர். தி.மு.க. அப்பதான் வளந்துக்கிட்டு இருந்துது. கருணாநிதி பேர கடைக்கி வைக்கணும்னு கருணா சைக்கிள் மார்ட்ன்னு வச்சிருந்தார். கடக்கிப் பக்கத்துல முத்தாரம்மன் கோயில் தெருவுலதான் சித்தப்பா வீடு. ஆச்சி

சித்தப்பாவுக்குச் சோறு பொங்கிப் போட்டுக்கிட்டு இருந்தா. நாலு ரூவாயோ என்னம்போ வீட்டு வாடக. அந்த வீட்டுக்கு எதிர்த்தாப்பலதான் ஹைஸ்கூல் இருந்துது. இன்னைக்கியும் இருக்கு. வீடு வளவு சேந்த வீடு. அஞ்சு வீடுக எதிரும்புதிருமா இருந்திச்சு. கடைசி வீடு கஸ்பா கணக்கப் பிள்ள வீடு. அவர் வீட்டுல எப்பமும் கிராமத்து வெவசாயிக ஏதாவது வேலயா வந்து நின்னுக்கிட்டு இருப்பாங்க. அடுத்த வீடு கொழும்புப் பிள்ள வீடு. மூணாவது வீடுதான் சித்தப்பா வீடு. வீட்டுக்குள்ள ஒரே இருட்டாக் கெடக்கும்.

நான் காலையில இட்லியோ, தோசையோ சாப்டுட்டு தெருவுக்கு வெளையாடப் போயிருவேன். தெரு மொனையில முத்தாரம்மன் கோயில் வடக்கப் பாக்க இருக்கும். அதையொட்டி ரெண்டு கடைகள். கடையின்னா பெரிய கடையில்ல. சதுரமா ரொம்பச் சின்ன அறைதான். கட வாசல சொருகுப் பலகைகளால மூடியிருப்பாங்க. அத அடுத்து தெட்சிண மாற நாடார் சங்கம்ன்னு பெரிய கட்டடம். ரெண்டு கடைகள்ள ஒரு கடயில அயர்ன் பண்ணுவாங்க. அடுத்த கடையில எம்.ஜி.ஆர். மன்றம்.

எம்.ஜி.ஆர். மன்றத்த ஆரம்பிச்சு வைக்க கே.ஆர்.ராமசாமியும், கருணாநிதியும் வந்திருந்தாங்க. ரொம்ப ஒண்ணும் பெரிய கூட்டம் இல்ல. ஏழெட்டுப் பேரு நின்னுருப்பாங்க. கோனாக்கமார் தெருக்கார திருவை அண்ணாமலைதான் அந்த மன்றத்த நடத்துனாரு. கீழ, தெருவுல ரெண்டு நாற்காலியப் போட்டு கே.ஆர். ராமசாமியவும், கருணாநிதியவும் உட்காத்தி வச்சிருந்தாங்க. கருணாநிதியும், ராமசாமியும் தோள்கள்ல நீளமா நேரியல் மாதிரி துண்டைத் தொங்க விட்டிருந்தாங்க. அயர்ன் கடைக்காரர் அவர் பாட்டுக்குத் துணிகளைத் தேய்ச்சுக்கிட்டிருந்தாரு. பெரிசா எந்தப் பரபரப்பும் இல்ல. கொஞ்ச நேரம் இருந்துட்டு ரெண்டு பேரும் பொறப்பட்டுப் போயிட்டாங்க.

நான் ஆச்சி தார இட்லியையோ, தோசையையோ சாப்புட்டுட்டு எம்.ஜி.ஆர். மன்றத்துக்குப் போயிருவேன். அப்பம் ஆறாவதோ என்னமோ படிச்சுக்கிட்டிருந்தேன். மன்றத்து சொவர்ல ரெண்டு பக்கமும் ஆணியடிச்சு நீளமா பம்பரக் கயிறக் கட்டியிருந்தாங்க. அந்தக் கயத்துல *திராவிட நாடு*, *மன்ற முரசு*ன்னு மூணு, நாலு தி.மு.க. பத்திரிகைகளைத் தொங்க விட்டுருப்பாங்க. எல்லாம் வாரப் பத்திரிகைகதான். இது தவுர *தந்தி*யும், *தினமலரு*ம் வாங்கிப் போட்டுருப்பாங்க. அந்த மன்றத்த ஆரம்பிச்ச திருவை அண்ணாமலை அஞ்சுலாம்புல ஒரு நாள் ஸ்டேஜ் எல்லாம் போட்டு *கிளியோபாட்ரா* நாடகத்த நடத்துனாரு. அதே அஞ்சலாம்புல ஒரு பத்து நாள் கழிச்சு, பலவேசம்ன்னு ஒரு காங்கிரஸுக்காரர் ‘திருப்பூர் குமர’ன்னு

நாடகம் போட்டாரு. அப்பம் தி.மு.க.வுக்கும், காங்கிரஸுக்கும் ஏகப் போட்டி.

இதே மாதிரி எம்.ஜி.ஆர். மன்றத்துக்கு எதிர்ப்பா, தூத்துக்குடி ரோட்டுல ஒரு பெரிய வீட்டு மாடியில புதுக்குடிக்காரங்க சில பேரு சேந்து, சிவாஜிகணேசன் மன்றம் ஆரம்பிச்சாங்க. எம்.ஜி.ஆர். மன்றத்தவிட சிவாஜி மன்றம் பெரிய எடத்துல இருந்திச்சு. சிவாஜி மன்றத்தத் தொறக்க சினிமா நகைச்சுவை நடிகர் பக்கிரிசாமியும், சிவதாணுவும் வந்திருந்தாங்க. திருநவேலி பொருட்காச்சி ஆனித் தேரோட்ட சமயத்துல நடக்கும். அனேகமா அது ஜூன் மாசமா இருக்கும். அப்போ பொருட்காச்சியில நாடகம் நடத்த மெட்ராஸ்ல இருந்து சினிமா நடிகர்கள் எல்லாம் வருவாங்க. அந்தச் சமயத்துலதான், பொருட்காச்சி நாடகத்துக்கு வந்திருந்த நடிகர்களை ஊருக்குக் கூட்டிட்டு வந்து, எம்.ஜி.ஆர். மன்றம், சிவாஜி மன்றத்த எல்லாம் தொறந்தாங்க.

திருநவேலிப் பொருட்காச்சி ஒரு மாசம்போல நடக்கும். எம்.ஜி.ஆர். 'இன்பக் கனா', 'அட்வகேட் அமர'ன்னு ரெண்டு நாடகம் போடுவாரு. சிவாஜிகணேசன் வீரபாண்டியக் கட்டப்பொம்மன், 'கப்பலோட்டிய தமிழ'ன்னு நாடகம் போடுவாரு. எஸ்.எஸ்.ஆர். 'மணிமகுடம்' போடுவாரு. டி.கே.எஸ். சகோதரர்கள் மூணு நாலு நாள் நாடகம் நடத்துவாங்க. 'ராஜராஜ சோழன்', 'ஔவையார்', 'அப்பாவின் ஆசை'ன்னு டி.கே.எஸ். பிரதர்ஸ் நாடகங்களைப் போட்டாங்க. நாடகங்களத் தவிர விஸ்வநாதன் – ராமமூர்த்தி, கே.வி. மகாதேவன் குழுக்களோட மெல்லிசைக் கச்சேரிகளும் நடக்கும். கிட்டு மாமாகூடப் போயி 'இன்பக்கனா', 'மணிமகுடம்' நாடகம் எல்லாம் சின்னப் புள்ளையில பாத்துருக்கேன். அந்தக் காலத்துல எம்.ஜி.ஆர்., சிவாஜி, எஸ்.எஸ்.ஆர்., எம்.ஆர். ராதா, தங்கவேலு, என்.எஸ்.கே. எல்லாரும் சொந்தமா நாடகக் குழு வச்சிருந்தாங்க. ஆர்.எஸ். மனோகர் பிற்காலத்துல வந்த மேஜர் சுந்தர் ராஜன், மனோரமா எல்லாம்கூடச் சொந்த நாடகக்குழு வச்சிருந்தாங்க.

சுதந்திரப் போராட்டக் காலத்துல ஏகப்பட்ட நாடகக் குழுக்கள் இருந்திருக்கு. பாலாமணியம்மாள்ன்னு ஒரு நாடக நடிகை நாடகத்துல, எண்ணெய் தேய்ச்சுக் குளிக்கிற காட்சியிலே நடிக்கிறதைப் பார்க்கப் பெருங்கூட்டம் வருமாம். எஸ்.ஜி. கிட்டப்பா, கே.பி. சுந்தராம்பாள், எம்.எம். கண்ணப்பா எல்லாம் நாடக நடிகர்கள்தானே. டி.ஆர். மகாலிங்கமும் யு.ஆர். ஜீவரத்தினமும் நடிச்ச 'ஸ்ரீவள்ளி' நாடகத்த பாண்டிச்சேரியில பாத்திருக்கேன். இப்போ தமிழ்நாட்டிலே மேடை நாடகமே அறவே இல்லாமே போச்சு. நவீன நாடகங்கள்ன்னு சீன், செட்டிங்ஸ் எல்லாம்

இல்லாமே ஒன்றிரண்டு பேர் முயற்சி பண்றாங்க. ஆனா இது எல்லாம் பிரபலமாகலை. உலகத்துல ஒவ்வொரு சமயத்துல ஒவ்வொன்னுக்கு ரொம்ப மவுசு இருக்கு. காலப்போக்குல சிலது காணாமே, இல்லாமே போயிருது.

மெட்ராஸ்ல இருந்த எத்தனையோ பழைய சினிமா தியேட்டர்கள் இன்னைக்கி இல்லாமே போயிட்டுது. ஆனா பெரிய பெரிய மால்களிலே தியேட்டர்கள் வர ஆரம்பிச்சிட்டுது. ஏ.ஜி.எஸ்.ன்னு ஒரு நிறுவனம் மெட்ராஸ்ல ஏகப்பட்ட தியேட்டர்களைப் புதுசாக் கட்டி நடத்துது. சென்னையிலே குளோப், வெலிங்டன், சித்ரா, கெயிட்டி, பிளாஸா, பாரகன், சன், ராஜகுமாரி, கிருஷ்ணவேணி, சாந்தின்னு எத்தனையோ தியேட்டர்கள் காணாமப் போன மாதிரி, திருநவேலியில பாப்புலர், ராயல், பார்வதி, சென்ட்ரல், பாலஸ்–டி–வேல்ஸ்ன்னு பல தியேட்டர்களை மூடிட்டாங்க. மதுரையில தங்கம் தியேட்டர் சென்னை சில்க்ஸ் ஆயிட்டுது. நியூ சினிமா, சிந்தாமணி, சந்திரா டாக்கீஸ், சிட்டி சினிமாவெல்லாம் காணாமேப் போச்சு. வீட்டிலே எத்தனை பேர் செத்துப் போயி, காணாமல் போயிட்டாங்க. எத்தனை பேர் எங்கெங்கியோ தூர தொலைவுக்குப் போயிரலையா? அந்த மாதிரித்தான் இதெல்லாம்.

கதைகள்ல இதை இழப்புன்னு ரொம்ப சோகத்தோட விவரிக்கிறாங்க. இப்போ ‘வலி’ங்கிற சொல்லை எழுத்துல ரொம்பப் பயன்படுத்துதாங்க. வலி யாருக்குத்தான் இல்ல? எங்கேதான் இல்ல? இதையும் மீறி சினிமா, டி.வி, பக்தி, கோயில், குளம்ன்னு எங்கேயாவது போயிக்கிட்டு, சந்தோஷத்தைத் தேடிக்கிட்டுதான் இருக்காங்க. தூக்கம் இல்லாமே இருக்க முடியாதுங்கிற மாதிரி, சந்தோஷம் அல்லது ஏதோ ஒரு திருப்தி இல்லாமலும் மனுஷனாலே இருக்க முடியாதுன்னுதான் தோணுது. திருப்தி, சந்தோஷம்கிறது ஒண்ணும் பெரிய விஷயங்களாலே உண்டாகுகிறது இல்ல. நாக்கு வறண்டு போயி தண்ணீத் தாகம் எடுக்கு. ஒரு சொம்புத் தண்ணியக் குடிச்சதும் வார திருப்திக்கு எது ஈடாகும்? புழுக்கமா இருக்கு ஃபேனைப் போட்டுட்டு, அதுக்குக் கீழ உக்காந்ததும் மெல்லமெல்லப் புழுக்கம் கொறைஞ்சு சந்தோஷமா இருக்கு. கொழந்தைகளைக் கொஞ்சினால் சந்தோஷமா இருக்கு. இப்படித்தான் சின்னச் சின்ன விஷயங்களிலே திருப்தியும், சந்தோஷமும் ஏற்படுது. வீடு வாங்கினால், கார் வாங்கினால் ஏற்படுற திருப்தியும் சந்தோஷமும் சின்னச்சின்ன விஷயங்கள் பூர்த்தியாகிறதால ஏற்படுகிற திருப்தியும் சந்தோஷமும் ஒரே மாதிரித்தான் இருக்கு. இந்த உணர்ச்சி உலகம் பூரா எல்லா மனுஷனுக்கும் ஒரே மாதிரித்தான் ஏற்படுது. இதுல ஒரு சோஷலிஸத் தன்மை இருக்கு.

எனக்குப் பொஸ்தகம் படிச்சா பெரிய சந்தோஷமா, கொண்டாட்டமா இருக்குது. ‘க்ரியா’ பதிப்பகத்த அப்போ ராமகிருஷ்ணன் ஆரம்பிக்கலை. அவர்தான் கார்லோஸ் காஸ்டநாடா சீரிஸ் புஸ்தகங்களைத் தந்தார். அதப் படிச்சிட்டு கெறங்கிப் போயிக் கெடந்தேன். அந்த சீரியல் புத்தகங்கள்ள வருகிற டான்ஜூவானோட ஐக்கியமாயிட்டேன். பாளையங்கோட்டையில ‘மோகமுள்’ படிச்சப்போவும் இப்படித்தான் தன்நெலை தெரியாமக் கெடந்தேன். சில பொஸ்தகங்கள் மனசை எங்கேயோ உச்சத்துக்குக் கொண்டுட்டுப் போயிருது. புணர்ச்சி இன்பத்துக்கு ஈடானது சில பொஸ்தகங்கள் தருகிற சந்தோஷம்.

1959–லே கருங்கொளத்துல இருந்தோம். கருங்கொளத்துல இருந்து தினசரி பஸ்ஸுல ஸ்ரீவைகுண்டத்துக்குப் போயி படிச்சேன். லீவு நாட்கள்ள லைபரரியே கெதின்னு போயிக் கெடப்பேன். கருங்கொளம் லைபரரியன் ஆறுமுகம் அப்பாவுக்கு வேண்டியவர். நாங்க அக்ரஹாரத்துல குடியிருந்தோம். அக்ரஹாரத்துல யூத் அஸோஸியேஷன் லைபரரி ஒண்ணும் இருந்திச்சு. ஆனா இதைவிட பப்ளிக் லைபரரியில நல்லநல்ல நாவல்கள் எல்லாம் இருந்தது. அங்கதான் தமிழ்வாணனோட மர்ம நாவல்கள், அநுத்தமாவோட ஐயந்திபுரத் திருவிழா எல்லாம் படிச்சேன். மங்கள நூலகம் வெளியிட்டிருந்த பொன்னியின் செல்வன் அஞ்சு பாகத்தையும் நாலஞ்சு நாள்ல படிச்சு முடிச்சேன். பள்ளிக்கூடப் படிப்பு மண்டையில ஏறல. ஆனால் கதைப் பொஸ்தகம் படிக்கிறது, பத்திரிகைகள் படிக்கிற தெல்லாம் கொண்டாட்டமா இருந்திச்சு.

1961–லே பாளையங்கோட்டைக்கி வந்த பெறவும் லைபரரியத் தேடிப் போற கிறுக்கு விடலை. பாளையங் கோட்டையில இருந்த லைபரரி, டிஸ்ட்ரிக்ட் சென்ட்ரல் லைபரரி. ரொம்பப் பெருசு. பழைய பிரிட்டீஷ் காலகட்டத்துல இருந்துச்சு. தாமஸ் சார்வாளோட கணக்குப் பீரியடுக்குப் போகப் பயந்துபோய் ஒரு மாசத்துக்கு மேல ஸ்கூலுக்கே போகாம லைபரரிக்குப் போயி பொழுத ஓட்டிக்கிட்டு இருந்தேன். அப்போ கண்ணன் பத்திரிகையில டிரான்ஸிஸ்டர் ரேடியோ செய்றது எப்படின்னு தொடர் கட்டுரை வந்தது. பகல்ல லைபரரிக்கு ஆள் வராது. சாயந்தரம்தான் சில பேர் வருவாங்க. *விகடன், கல்கி, கலைமகள், அமுதசுரபி, கண்ணன், குமுதம்*ன்னு என் மனம்போலப் பத்திரிகைகளைப் படிச்சேன். ராதாகிருஷ்ண நாயுடு எழுதின ‘டணாயக்கன் கோட்டை’ அங்கேதான் படிச்சேன்.

அவள்

எனக்குத் தீவாளிய விடப் பொங்கல்தான் பிடிக்கிது. பொங்கலப் பத்திக் கல்யாணியண்ணன் நெறைய லெட்டர்ல எழுதியிருக்காங்க. பொங்கல்னு இல்ல எந்தப் பண்டிகையா இருந்தாலும் அதத் திருநவேலியில கொண்டாடினாத்தான் நல்லா இருக்கும். மெட்ராஸ் ஊருக்கு வந்து முப்பது வருசத்துக்கு மேல ஆச்சு. கீதா காலேஜை முடிக்கப் போறா. ரவி அடுத்த வருசம் காலேஜுக்குப் போயிருவான். திருநவேலியில நான் சின்னப் பிள்ளையா இருக்கும்போது, பொங்கலுக்கு ஒரு மாசத்துக்கு முந்தியே பொங்கல் வேல ஆரம்பிச்சிரும். மொதல்ல வீட்ட எல்லாம் ஒதுங்க வச்சு, வீடு பூரா வெள்ளையடிப்பாங்க. கொறவர் தெரு மாரியப்பன்தான் வருசாவருசம் வெள்ளை அடிச்சுத் தருவான்.

பேட்டை ரோட்டுப் பக்கம் சுண்ணாம்புக் காளவாசல் இருந்திச்சு. அங்க போயி சாக்குல சுண்ணாம்பு வாங்கிட்டு வருவான். கல் சுண்ணாம்பை விட சிப்பிச் சுண்ணாம்புதான், அடிச்சா நல்ல வெள்ளையா இருக்கும். இப்பல்லாம் வீட்டுக்கு டிஸ்டம்பர், பெயிண்டுன்னுல்லா அடிக்கிறாங்க. அப்பம் மர நெலை, கதவு, ஜன்னலுக்குத்தான் பெயிண்டு அடிப்பாங்க. சொவத்துக்குச் சுண்ணாம்புதான். சிப்பிச் சுண்ணாம்ப பெரிய மண்பானையில போட்டு தண்ணி விடுவான் மாரியப்பன். தண்ணிய விட்டதும் சுண்ணாம்பு தறதறன்னு கொதிக்கும். ரெண்டு

மூணு நாளு அந்தத் தண்ணியிலயே கெடந்து சுண்ணாம்பு நீறும். இதுக்குச் சுண்ணாம்பு நீத்துததும்பாங்க.

பொங்கல் டயத்துல கடைகள்ள வெள்ளை அடிக்கிற மட்டைகள் விப்பாங்க. அது பனை மட்டை. அதை மாரியப்பன் வாங்கிட்டு வருவான். ஒரு பக்கம் கல்லை வச்சு மட்டைய நைப்பான். சுண்ணாம்புல நீலத்தக் கலந்து அடிச்சா வீடு பளீருன்னு ஆயிரும். எல்லா அறைகளையும் அடிச்சப் பொறவு தான் அடுப்பாங்கரைய அடிப்பான். ஏன்னா அடுப்படிச் சொவர் எல்லாம் பொகை பட்டுக் கருப்பா இருக்கும். மொதல்லயே அடுப்படி அடிச்சா நல்ல சுண்ணாம்புத் தண்ணியெல்லாம் கருத்திரும்ன்னு கடைசியிலதான் அடிப்பான். வெள்ளை யடிச்சதுமே வீட்டுக்குப் பொங்கல் களை வந்துரும்.

பொறகு ஒரு வாரங் கழிச்சு களிமண்ணை எடுத்தாந்து, சின்னக் குத்துப் போணி இல்லைன்னா ஒசரமான தகர டப்பாவ வச்சு பொங்கக் கட்டி போடுவான். ஆறு கட்டி போடணும். அது அஞ்சாறு நாள், ஒரு வாரம்கூட வெயில்ல நல்லாக் காயும். நல்லாக் காஞ்ச பெறவு அதுக்கும் வெள்ளை அடிப்போம். அந்த வெள்ளை மேல செவப்புக் காவிப்பட்டை அடிப்போம். கோயில் மதில் சொவர் மேல காவிப்பட்டை அடிக்கிற மாதிரி வீட்டுத் திண்ணையில எல்லாம் காவி அடிப்போம்.

பொங்கலுக்கு முந்தின நாள் போகியன்னைக்கி வீட்டிலுள்ள பழைய பித்தளை, வெங்கலப் பாத்திரங்கள், நாற்காலி, ஸ்டூல் எல்லாத்தையும் வாய்க்காலில் கொண்டு போய்க் கழுவுவோம். பொங்கலுக்கு முந்தின நாள் ராத்திரி அம்மா வீடெல்லாம் மாக்கோலம் போடுவாள். காலம்பற பொங்கலிட்டு முடிஞ்சதும் கரும்பை வெட்டித் தோலை உரிச்சுச் சாப்பிடுவோம். திருநவேலியில சிறுவீட்டுப் பொங்கல்ன்னு இன்னொரு பொங்கலும் ரொம்ப விசேஷம். அம்மா ஆவணி ஞாயித்துக்கெழமதோறும்கூடப் பொங்கல் விடுவாள். பொங்கலுக்கு மறுநா எல்லாரும் வளவோட, பொங்கச் சோறு, சிறு கெழங்குப் பொரியல் எல்லாம் சாம்பர்ல போட்டுச் சுண்டவச்ச சுண்டக் கறி எல்லாத்தையும் தூக்குச் சட்டிகள்ள எடுத்துக்கிட்டு ஆத்துக்குப் போவோம். ஆத்துல மனம் போனபடிக் குளிச்சிட்டுத் தண்ணிக்குள்ள நீட்டிக்கிட்டு இருக்கிற பாறையக் கழுவி, அதில பழய சோத்தையும் சுண்டக்கறியவும் போட்டுச் சாப்புடுவோம். தீவாளிக் கொண்டாட்டம் ஒரே நாள்ல முடிஞ்சிருது. பொங்கல் கொண்டாட்டம் அப்பிடியா? மெட்ராஸுல அந்த மாதிரி எல்லாம் கொண்டாட முடியலையேன்னு ஒரே ஆத்தாமையா இருக்கு.

இந்த ஊருல பொங்கலுக்கு ரெண்டாவது நாள் காணும் பொங்கல்ன்னு சொல்லிக்கிட்டு எல்லாரும் கடக்கரைக்கும், சினிமா, பொருட்காச்சிக்கும் போறாங்க. ஊருக்கு ஊர் ஒவ்வொரு மாதிரியா இருக்கு. அப்பம் பொங்கல், தீவாளிக் கெல்லாம் புது சினிமா ரிலீஸாகும். நான் அன்னைக்கெல்லாம் சினிமாக்குப் போக மாட்டேன். கேட்டாலும் அப்பா விட மாட்டா. ஆனா, அண்ணன், அன்னைக்கெல்லாம் தியேட்டர்ல போயிப் படம் பாத்துருவான். எதுன்னாலும் அவனுக்கு மட்டும் வீட்டுல தனிச் சலுகை. அண்ணன் எம்.ஜி.ஆர். ரசிகன். அவர் படம் ஒண்ணு விட மாட்டான். எல்லாத்தையும் பாத்துட்டு வந்து எதுத்த வீட்டுச் செட்டியார் தாத்தா கிட்டக் கத சொல்லுவான்.

ஒரு தடவ பாப்புலர் டாக்கீசுல 'நாடோடி மன்னன்' படம் நூறாவது நாள் அன்னைக்கி மேடையில எம்.ஜி.ஆரெல்லாம் வரப்போறாருன்னு, அப்பாகிட்ட அழுது விழுந்து துட்ட வாங்கிட்டுப் போனான். அண்ணனோட ஃப்ரெண்டு தொரையும் அன்னைக்கி அண்ணங்கூட எம்.ஜி.ஆரப் பாக்கப் போனான். எம்.ஜி.ஆர் படம்ன்னு இல்ல அனேகமா எல்லாப் படத்தையும் அண்ணன் எப்பிடியாவது பாத்திருவான். ஒண்ணு அப்பா கிட்ட அழுது விளுந்து துட்ட வாங்கிட்டுப் போவான், இல்லன்னா அம்மா கிட்டக் கெஞ்சிக் கூத்தாடி துட்ட வாங்கிட்டுப் போயிருவான். அவன் ஒரு சினிமாப் பைத்தியம். என்னை எல்லாம் வீட்டுல எல்லாப் படத்துக்கும்விட மாட்டாங்க. ரெண்டு மூணு வாரம் அல்லது அம்பதாவது நாள்ன்னு ரொம்ப நாளா ஒரு படம் ஓடுச்சின்னா வளவுல எல்லாரும் அந்தப் படத்தப் பாக்கப் போவாங்க. அப்பம்தான் என்னையவும் அப்பா படத்துக்கு அனுப்புவா. அந்த மாதிரி எங்க வீட்டுப் பிள்ள, பணமா பாசமா எல்லாம் பாத்துருக்கேன்.

ஆனா கோயிலுக்குப் போறதுன்னா வீட்டுல யாரும் ஒண்ணுஞ் சொல்ல மாட்டாங்க. நெல்லையப்பர் கோயிலுக்குச் சில சமயம் அம்மாவே கூட்டிட்டுப் போவா. மேலக்கோபுர வாசல் பக்கத்துல பெரிய ஒசரமான ஷெட்டுக்குள்ள தங்கத் தேர் நிக்கும். தகரக் கதவு இடைவெளியில தேரைப் பாப்போம். இப்பமும் இந்த ரெண்டாயிரத்து இருவத்தி நாலுல அதே தகர ஷெட்டுக்குள்ளதான் தங்கத் தேரு நிக்கிதோ, என்னம்போ. ஆறுமுக நயினார் சன்னதியில அவ்வளவா கூட்டமே இருக்காது. அந்தச் சன்னதியில வச்சுதான் ஒரு நாள் வல்லநாட்டுச் சாமியாரப் பார்த்தேன். அன்னைக்கி நான், அச்சுக்கூடத்துப் பிள்ள வீட்டு ராமலட்சுமி, பெரிய வீட்டுக் குஞ்சமக்கா எல்லாரும் கோயிலுக்குப் போயிருந்தோம். வல்லநாட்டுச் சாமியார் இடுப்புல துண்டு மட்டும் கட்டிக்கிட்டு மொழுமொழுன்னு குண்டா இருந்தாரு. நாலஞ்சு ஆம்பளயாட்கள் அவரச் சுத்தி நின்னாங்க.

முன்னால அதே ஆறுமுக நயினார் சன்னதியில காவி எல்லாம் கட்டிக்கிட்டு, சடைமுடியோட அம்மாசிச் சாமியார் இருப்பாரு. அங்க போனா, அவரு கால்ல விழுந்து கும்புடுறது வழக்கம். அந்த மாதிரி நெனச்சுக்கிட்டு நாங்க மூணு பேரும் வல்லநாட்டுச் சாமியார் கால்ல விழுந்தோம். அவர் ஒடனே ஏதோ தீயை மிதிச்சிட்ட மாதிரி, காலை இழுத்துப் பின்னால நகர்ந்துட்டாரு. நாங்க விழுந்து எந்திரிச்சதும் அவரு எங்க மூணு பேரு கால்லயும் குனிஞ்சு விழுந்து “தாயே ஈஸ்வரி”ன்னு கும்புட்டாரு. அப்பந்தான் தெரிஞ்சிது, அவரு கால்ல யாரும் பொம்பளைக விழுந்தா, அவரு அவங்க கால்ல விழுந்து கும்பிடுவாருன்னு சொன்னாங்க. அதனாலே, விஷயம் தெரிஞ்ச பொம்பளைங்க யாரும் அவரு கால்ல விழுந்து கும்புட மாட்டாங்க. பெண்களை அம்பாளாவே பாக்குறவரு வல்லநாட்டுச் சாமியாரு. இந்த விஷயம் தெரியாமே நாங்க, சாமியாருன்னு நெனச்சு அவரு கால்ல விழுந்து கும்புட்டுட்டோம். இன்னைக்கி நெல்லையப்பர் கோயிலுக்குப் போனாலும், அன்னைக்கு நடந்தது ஞாபகத்துக்கு வரும். மனசு ஒருமாதிரி ஆயிரும்.

சாயந்தரம் ஆனா எல்லாரும் கள்ளன் போலீஸ் வெளையாடுவோம். செல நாள், கழச்சி, தாயம்ன்னு வெளையாடுவோம். குஞ்சமக்கா வீட்டுத் திண்ணையில நெரந்தரமா சிமெண்டுல தாயக்கட்டம் போட்டிருக்கும். பள்ளிக்கூடம் லீவு விட்டாச்சுன்னா தாயம், பல்லாங்குழிதான். சாப்புடக்கூடத் தோணாது. கள்ளன் – போலீஸ்ல, வில்லைத் தாத்தா வீட்டு நீலா ஒளிஞ்சான்னா அவளக் கண்டுபிடிக்கவே முடியாது. அப்பிடி ஒளிஞ்சுக்கிடுவா நீலா. இப்பம் எல்லாரும் எந்தெந்த ஊர்கள்ள இருக்காங்களோ?

ஆச்சிக்கி கேலண்டரப் பாக்காமயே எந்தெந்த மாசத்துல நெல்லையப்பர் கோயில்ல என்னென்ன திருவிழான்னு தெரியும். என்ன சப்ரம்ன்னு கூடச் சொல்லிருவா ஆச்சி. இன்னைக்கி ரிஷப வாகனம்பா, இன்னொரு நாள் சூரிய வாகனம்பா. சப்பர அலங்காரத்தைக்கூட ஆச்சி ஞாபகம் வச்சிருப்பா. வெள்ளை சாத்தியா பச்ச சாத்தியான்னு கரெக்டாச் சொல்லிருவா ஆச்சி. திருநீறு பூசாம சாப்பிட உக்கார மாட்டா. காலையில, அவளுக்கு ஒடம்பு தெடமா இருந்தவரைக்கும் குறுக்குத் தொறைக்கிப் போயி ஆத்துல குளிச்சிட்டு, கொடத்துல ஆத்துத்தண்ணியும் கொண்டுட்டு வருவா. அந்தத் தண்ணிய விட்டுத்தான் வீட்டுல பூசையில இருக்கற லிங்கம், பிள்ளையார், வேலுக்கெல்லாம் அபிஷேகம் பண்ணுவா. அவ பூசையெல்லாம் பண்ணி, தேவாரம் எல்லாம் படிச்சிட்டுத்தான் சாப்புட வருவா. பக்தின்னா

அம்புட்டுப் பக்தி ஆச்சிக்கி. அவள மாதிரி பக்தி எங்க வீட்டுல வேற யாருக்கும் கெடையாது. சாவும்போது கூட சிலரை மாதிரி நோய், நொடி, படுக்கைன்னு கெடக்காமே போயிச் சேர்ந்தா. ரெண்டு நாள் ஒடம்பு சுடுதுண்ணு படுத்தா. அவ்வளவுதான். உசுருபோயிட்டுது. அவளோட பக்திதான் அவளப் படுக்கையில படுக்க விடாம சட்டுன்னு கொண்டுட்டுப் போயிட்டுன்னு சொல்லுவேன். அதுக்கு கீதாவோட அப்பா, "அதெல்லாம் ஒண்ணுமில்ல... சாவு ஒவ்வொருத்தருக்கு ஒவ்வொரு மாதிரி வரும். ரமணருக்கு கேன்ஸர் வந்துது. அவருக்கு இல்லாத பக்தியா?"ன்னு கேட்டாங்க. எனக்கு என்னவோ, நல்ல பக்தியா இருந்தா கடவுள் நல்ல சாவைக் குடுப்பாருன்னுதான் தோணுது.

பாளையங்கோட்டையில நாங்க கொஞ்ச நாள் வாடகைக்கி இருந்தோம். அங்க முத்தையான்னு ஒரு ரவுடி இருந்தான். கேடி முத்தையாம்பாங்க எல்லாரும். அவன் ஜவஹர் மைதானத்துல இருக்கிற பிள்ளையார் கோயில் முன்னாலே படுத்துக் கெடந்திருக்கான். அவன் தலையில யாரோ கல்லைத் தூக்கிப் போட்டுக் கொன்னுட்டாங்க. அவன் ஊருல பண்ணுன அட்டகாசத்துக்கு நல்ல சாவு வந்து சாகலை. இதச் சொன்னா இவங்க அப்பா நம்ப மாட்டேங்கிறாங்க. "அப்போ சாமி தப்புப் பண்ணினா தண்டனை குடுக்கும்கிறீயா?"ன்னு கேட்டாங்க.

"நிச்சயமா தண்டனை கெடைக்கும்"ன்னு சொன்னேன்.

"கோடிகோடியா லஞ்சம் வாங்கி, ஊழல் பண்ணி சொத்து சேத்த மந்திரிக எத்தனை பேரு சௌகரியமா இருக்காங்க. அவங்களை எல்லாம் கடவுள் தண்டிக்கலையே?"

"நேரு ஊழல் பண்ணலை... லஞ்சம் வாங்கலை. அவருக்கு நல்ல சாவு கெடச்சிது. ஆனா இந்திரா காந்தி எமர்ஜென்சி கொண்டு வந்தாங்க. அவங்க செக்யூரிட்டியே அவங்களைக் கொன்னுட்டான். அவங்க மகன் சஞ்சய் காந்தி எமர்ஜென்சியில ஆடாத ஆட்டம் எல்லாம் ஆடுனான்... விமானத்தை ஓட்டிட்டுப் போயி ஆக்ஸிடெண்ட் ஆகிச் செத்தான்... கடவுள் கெட்டவங்களைத் தண்டிக்கத்தான் செய்யிதாரு."

"நீ ஒங்க செல்லையா மாமா ரொம்ப நல்லவங்கன்னு சொல்லுவே. ஆனா அவங்க கடைசிக் காலத்துல அவுஹளுக்கு ரெண்டு கண்ணுலயும் பார்வை இல்லாமே போயி, ரொம்பக் கஷ்டப்பட்டுல்லா செத்தாங்க. நல்லவங்களுக்கு ஏன் கடவுள் கண் பார்வையை எடுக்கணும்?"

"அதெல்லாம் கர்ம வெனை. போன ஜென்மத்துப் பலனை அனுபவிக்காமே கடவுள் விட மாட்டான்."

“அப்போ கடவுள் நல்லவரா, கெட்டவரா? எந்த ஜென்மத்திலேயோ செஞ்ச தப்புக்கு இந்த ஜென்மத்துல நல்ல மனுஷனா வாழுகிறவரைப் போயி ஏன் தண்டிக்கணும்?”

“எத்தனை ஜென்மம் ஆனாலும் செஞ்ச கர்ம வெனை விடாது. செல்லையா மாமா அடுத்த ஜென்மத்துல நல்லாதான் இருப்பாங்க.”

“ஜென்மம், கர்மம், விதின்னு அப்பிடியெல்லாம் ஒண்ணும் கெடையாது. தப்புப் பண்ணினா தண்டிக்கிறதுக்குச் சட்டம் இருக்கு.”

“கவர்மெண்டு சட்டம் வேற, கடவுளோட சட்டம் வேற. தெய்வம் நின்னு கொல்லும்பாங்க. இந்த ஜென்மத்துல தப்பிச்சிட்டாலும் அடுத்த ஜென்மத்துல தண்டனை கெடைக்கும்.”

“அப்போ கடவுள் ஈவு, எரக்கம் இல்லாதவரா?”

“நீங்க வெதண்டாவாதமாப் பேசறீங்க... நல்லது செஞ்சா நல்லது நடக்கும். கெட்டது செஞ்சா கெடுதல்தான் நடக்கும்.”

“அப்போ கீதையிலே எல்லாத்தையும் நான்தான் இயக்குகிறேன். நன்மை – தீமை எல்லாம் நான்தான்னு சொல்றாரே. எல்லாத்தையும் கடவுள்தான் இயக்குறார்ன்னா, நன்மை – தீமை எல்லாம் அவருடையதுதானே?”

இதுக்கு எனக்குப் பதில் சொல்லத் தெரியலை. கீதாவோட அப்பா சிரிச்சாங்க. “எல்லாமே கருத்துகள், நம்பிக்கைகள்... அவ்வளவுதான். எல்லாரும் சொல்லுததைத்தான் நீயும் சொல்லுதே. இதெல்லாம் மத நம்பிக்கைகள், மதக் கருத்துகள்”ன்னு சொன்னாங்க.

அவன்

சங்கர சுப்பிரமணியன் வந்திருந்தான். அவன் என்னோட படிச்சவன். மேல ரதவீதியில வீடு. மொதல்ல பாத்தரக் கட நடத்தினான். பிறகு வெறகுக் கட நடத்தினான். எதையுமே பெரிசா செய்ய முடியல. இப்போ வீட்டுலயே வடை, முறுக்குன்னு போட்டு யாவாரம் பண்ணுதான். அவனும், அவன் பொஞ்சாதியுமா சேந்து யாவாரம் பண்ணுதாங்க. எப்பமாவது வருவான். ரெண்டு பேரும் பள்ளி நாட்கள், ஆத்துக்குக் குளிக்கப் போனது, சினிமா பாத்தது, தசரான்னு எதை எதையோ பத்திப் பேசுவோம். பாளயங் கோட்டையில செந்தில் டாக்கீஸ், டவுன்ல சங்கர் டாக்கீஸ் எல்லாம் நடத்துன நாராயணப் பிள்ளயப் பேச்சு வந்தது. நாராயணப் பிள்ள பஸ் சர்வீஸ் எல்லாங்கூட நடத்துனாரு. கீழ ரதவீதியில பெரிய வீடு. சங்கர சுப்பிரமணியனுக்கு நாராயணப் பிள்ள மாமா மொறை வேணும்.

அவர் பையன் கல்யாணத்துக்கு எம்.எல். வஸந்த குமாரி கச்சேரி எல்லாம் வச்சாரு. ரொம்ப போர்ஸா வாழ்ந்த ஆளு. அந்தக் கல்யாணத்துக்கு நடிகர் நரசிம்ம பாரதி எல்லாம் மெட்ராஸுல இருந்து வந்திருந்தாரு. நாராயணப் பிள்ளயப் பத்தி பேச்சு வந்ததும், அவன் மோட்டையே பாத்துக்கிட்டு இருந்தான். “என்னத்தச் சொல்ல மாப்ள” என்றான்.

“இப்பம் அவங்க வீட்டுல யாருடே இருக்கா? ... ”என்று கேட்டேன்.

“என்னத்தச் சொல்ல மாப்ள... கெவர்மெண்டு பஸ்ஸ எல்லாம் தேசியமயமாக்கினம். பொறவு, அவங்க ஓட்டிக் கிட்டிருந்த பஸ் எல்லாம் போயிட்டுது. எல்லா ரூட்டுலயும் கெவுர்மெண்டு பஸ்ஸு ஓட ஆரம்பிச்சிட்டுது. கடைசியில ஒண்ணு ரெண்டு டவுன் பஸ்ஸ வச்சு ஓட்டிக்கிட்டு இருந்தாங்க. கட்டுப்படி ஆகலன்னு டவுன் பஸ்ஸையும் நிறுத்திட்டாங்க. சினிமாக் கொட்டகய மூடி ஏழெட்டு வருசமாச்சு. டி.வி. வந்தப் பொறவு யாரு சினிமா பாக்கக் கொட்டகைக்கி வாரா? மூடிக் கெடக்க கொட்டகய விக்கவும் முடியல. வேண்ட ஆளு இல்ல. பஸ் கம்பெனிய மூடுனதுல, பங்காளிகளுக்குக் குடுத்ததெல்லாம் போவ பெரிய தொக ரெண்டோ மூணோ வந்திச்சு. அதப் பேங்குல போட்டு வட்டிய வேண்டிச் சாப்புட்டுக் காலத்த ஓட்டுதாங்க மாப்ள,” என்றான்.

எனக்கே அவன் சொன்னதைக் கேட்டு மனசுக்குக் கஷ்டமாத்தான் இருந்துச்சு. அன்னைக்கி நடந்த எம்.எல்.வி. கச்சேரிய நானும் பந்தல்ல உக்காந்து கேட்டுருக்கேன்.

“ஒரே தொழில நம்பி இருந்தா இப்பிடித்தான் ஆகும்” என்றேன்.

“எல்லாம் போற நேரம்... என்னத்த மாப்ள சொல்ல” என்றான்.

எனக்கு க.நா.சு.வோட ‘வாழ்ந்தவர் கெட்டால்’ நாவல் ஞாபகத்துக்கு வந்தது. தமிழ் இலக்கியம் பூரா பெரும்பாலும் வாழ்ந்து கெட்டுப் போனவங்களைப் பத்தித்தானே இருக்கு? அதுதான் எழுத்தாளங்களுக்கு லேசா எழுத வருது. சோகத்த எழுதுறது சுலபமா இருக்கு என்று தோன்றியது. இந்த மாதிரி, நாராயணப் பிள்ள மாதிரி சின்னச்சின்னப் பணக்காரங்கதான் அரசியல், சமூக மாத்தங்களிலே தாக்குப் பிடிக்க முடியாமே சில பேரு நொடிச்சுப் போயிருதாங்க. டாடா, பிர்லா மாதிரி பெரும் பணக்காரங்களை ஒலகத்துல நடக்கிற மாற்றங்கள் ஒண்ணும் பண்ணுதது இல்லே. அம்பானி குடும்பம், அதானி குடும்பம் எல்லாம் எத்தன தலைமொறை ஆனாலும் நொடிச்சுப் போகாது. இவங்க எல்லாம் பல தொழில்கள்ள மொதலீடு செஞ்சு நிரந்தரப் பணக்காரங்களா இருக்காங்க. பொருளாதார ஏற்ற எறக்கங்கள் எல்லாம் பெரிசா அவங்களப் பாதிக்காது. ஒலகத்துல மேலயும் போக முடியாம, கீழயும் போக முடியாமே ரெண்டுங் கெட்டானா நின்னு அவஸ்தைப் படுதது மிடில்

கிளாஸ்தான். சாந்தி, நான் எல்லாம் மிடில் கிளாஸ்தான். எங்க வாக்குமூலம் நடுத்தரக் குடும்ப மதிப்புகள் பத்தினதுதான். ஆனா நடுத்தரக் குடும்பம்தான் கலைகளை வளர்க்குதுன்னு சொல்றாங்க. வாழ கலை மட்டும், அழகுணர்ச்சி மட்டும் போதுமா? இதுதான் என்னோட வாக்குமூலம்.